AF518617

INSIGHT PUBLICA ®

INSIGHT PUBLICA

Nadakkavu, Kozhikode, Kerala
www.insightpublica.com
e-mail: insightpublica@gmail. com
Swathanthrathinte Dharsanikatha
(Malayalam)
K Venu
MV Haridasan
First Edition: May 2019

ISBN 978-93-89155-13-6

സ്വാതന്ത്ര്യത്തിന്റെ ദാർശനികത

കെ.വേണുവിന്റെ വിചാരലോകം

കെ.വേണു/എം.വി.ഹരിദാസൻ

INSIGHT PUBLICA®

ഉള്ളടക്കം

അന്വേഷണത്തിന്റെ ആരംഭം

ശാസ്ത്രത്തോടും ദർശനത്തോടുമുള്ള താൽപര്യം വളരാനിടയാക്കിയ സാഹചര്യം എന്താണ് ?

വളരെ ചെറുപ്പത്തിൽത്തന്നെ പുറമെ നിന്നുള്ള സ്വാധീനമൊന്നുമില്ലാതെതന്നെ ഒരു ഭൗതികവാദിയായാണ് ഞാൻ വളർന്നുവന്നത്. ആളുകൾ സാധാരണയായി കുറച്ചു പ്രായമായ ശേഷം ചിന്തിക്കാറാവുമ്പോഴാണ് ഭൗതികവാദികളാവുന്നത്. പ്രൈമറി ക്ലാസ്സിൽ പഠിക്കുന്ന കാലത്ത് ദൈവത്തിന്റെ പേരിൽ മറ്റു കുട്ടികളുമായി തല്ലുകൂടിയിട്ടുണ്ട്. കുട്ടിക്കാലത്ത് അമ്മയോടൊപ്പം കൊടുങ്ങല്ലൂർ പോകുമ്പോൾ ഞാൻ പുറത്തു നിൽക്കാറാണ് പതിവ്. മൂത്ത ചേട്ടൻ ഒരു കമ്മ്യൂണിസ്റ്റായിരുന്നു. അതുകൊണ്ട് ഒരു കമ്മ്യൂണിസ്റ്റ് അന്തരീക്ഷം വീട്ടിൽ ഉണ്ടായിരുന്നുവെന്ന് പറയാം. ഒരുപക്ഷേ, അതായിരിക്കാം എന്റെ ചിന്താഗതിക്ക് അടിസ്ഥാനമായിരുന്നത്. എനിക്ക് അന്നുതന്നെ ഒരു ദാർശനിക മനസ്സ് ഉണ്ടായിരുന്നുവെന്ന് തോന്നുന്നു. അതുകൊണ്ട് ഹൈസ്കൂളിൽ പഠിക്കുന്ന കാലത്തുതന്നെ ഗൗരവമുള്ള ലേഖനങ്ങളൊക്കെ വായിക്കാൻ തുടങ്ങിയിരുന്നു. കുറ്റിപ്പുഴ കൃഷ്ണപിള്ള, എം.സി.ജോസഫ്, എ.ടി. കോവൂർ തുടങ്ങിയവരുടെയൊക്ക യുക്തിവാദ ലേഖനങ്ങൾ വളരെ താൽപര്യത്തോടെ വായിച്ചിരുന്നു. ദൈവം എന്താണ്, പ്രപഞ്ചത്തിന് ഒരു സ്രഷ്ടാവിന്റെ ആവശ്യമുണ്ടോ, ജീവൻ എന്താണ്, മനസ്സ് എന്താണ് എന്നിങ്ങനെയുള്ള ചോദ്യങ്ങൾ ചോദിക്കുകയും അതിനുള്ള ഉത്തരങ്ങൾ കണ്ടെത്താൻ ശ്രമിക്കുകയും ചെയ്യുന്നത് ഹൈസ്കൂളിൽ പഠിക്കുന്ന കാലത്തുതന്നെ ആരംഭിച്ചിരുന്നു.

ഞാൻ പ്രീ-യൂണിവേഴ്സിറ്റിക്ക് പഠിക്കുമ്പോഴാണ് മാതൃഭൂമിയിൽ എം.ലീലാവതിടീച്ചറുടെ ഭർത്താവ് സി.പി.മേനോൻ

തർജ്ജമ ചെയ്ത ഒരു ലേഖനപരമ്പര വന്നുകൊണ്ടിരുന്നത് - 'മനസ്സിന്റെ സാഹസിക യാത്രകൾ'. എല്ലാ ശാസ്ത്രശാഖകളിലേയും ഏറ്റവും പുതിയ കണ്ടെത്തലുകളെ എല്ലാം സമാഹരിച്ച് പ്രപഞ്ചം, ജീവൻ, മനസ്സ് തുടങ്ങിയ വിഷയങ്ങളെ വിശകലനം ചെയ്യുന്ന ലേഖനങ്ങളായിരുന്നു അവ. അന്ന് രാവിലെ ഒമ്പത് മണിയാകും മാതൃഭൂമി ആഴ്ചപ്പതിപ്പ് വീട്ടിലെത്താൻ. അതിനുവേണ്ടി കാത്തിരിക്കുമായിരുന്നു. 'ജീവന്റെ കടങ്കഥ' പോലുള്ള ലേഖനങ്ങൾ വായിക്കുന്നതിനുവേണ്ടി കോളേജിൽ പോവാതെ ഇരുന്നിട്ടുണ്ട്. ഇത്തരം വിഷയങ്ങളോട് അത്ര താൽപര്യമായിരുന്നു സാധാരണ വായനക്കാർ വായിക്കാൻ മെനക്കെടാത്ത പലതും അന്ന് പ്രീ-യൂണിവേഴ്സിറ്റി വിദ്യാർത്ഥിയായിരുന്ന ഞാൻ വളരെ താൽപര്യത്തോടെ വായിക്കുമായിരുന്നു. അന്നുതന്നെ ഒരു അന്വേഷണ മനോഭാവം എന്നിലുണ്ടായിരുന്നു.

ആദ്യകാല അന്വേഷണങ്ങളുടെ ഫലമായി എഴുതിയ ലേഖനങ്ങളെക്കുറിച്ച് പറയാമോ ?

ആദ്യകാലത്തെഴുതിയ എന്റെ രണ്ടുമൂന്ന് ലേഖനങ്ങൾ മദിരാശിയിൽ നിന്നു പ്രസിദ്ധീകരിച്ചിരുന്ന 'അന്വേഷണം' മാസികയിലാണ് വന്നത്. ടി.വി.കുഞ്ഞികൃഷ്ണനായിരുന്നു അതിന്റെ പത്രാധിപർ. അസ്തിത്വവാദത്തേയും അദ്വൈതവേദാന്തത്തേയും സമന്വയിപ്പിക്കുന്ന ഒരു ദർശനത്തിലൂടെ മാത്രമേ ഇന്നത്തെ ഇന്ത്യൻ അവസ്ഥയ്ക്ക് പരിഹാരം കാണാനാകൂ എന്നു സമർത്ഥിക്കുന്ന ഒരു ലേഖനം സച്ചിദാനന്ദൻ അതിലെഴുതിയിരുന്നു. എനിക്ക് അസ്തിത്വവാദത്തെക്കുറിച്ച് കാര്യമായൊന്നും അറിയില്ലായിരുന്നു. അതേക്കുറിച്ച് കഴിയുന്നത്ര പഠിച്ച് സച്ചിദാനന്ദന്റെ വാദമുഖങ്ങളെ രൂക്ഷമായി ഖണ്ഡിച്ചുകൊണ്ട് 'അസ്തിത്വവാദവും ഭാരതീയ പശ്ചാത്തലവും' എന്ന പേരിൽ ഞാനൊരു ലേഖനം എഴുതി. കുഞ്ഞികൃഷ്ണൻ വളരെ പ്രാധാന്യത്തോടുകൂടി എഡിറ്റോറിയൽ സഹിതമാണ് ആ ലേഖനം പ്രസിദ്ധീകരിച്ചത്.

കേരളത്തിലെ ബുദ്ധിജീവികളെല്ലാം അന്നു പൊതുവെ അസ്തിത്വവാദത്തിലേക്കാണ് ആകർഷിക്കപ്പെട്ടിരുന്നത്. എന്നാൽ അതിനു കടകവിരുദ്ധമെന്നു പറയാവുന്ന ലോജിക്കൽ പോസിറ്റിവിസത്തിലേക്കാണ് ഞാൻ ആകർഷിക്കപ്പെട്ടത്. വളരെ സങ്കീർണ്ണമായ ഫിലോസഫിയാണത്. വിയന്നാ സർക്കിൾ എന്ന പേരിൽ വിയന്നയിലുണ്ടായിരുന്ന ധിഷണാശാലികളായ ഒരു കൂട്ടം ചെറുപ്പക്കാരുടെ സംഭാവനയാണത്. റുഡോൾഫ് കാർണാപ്, മോറീസ് ഷ്ളീക്, വിറ്റ്ഗെൻസ്റ്റൈൻ

തുടങ്ങിയവരൊക്കെയാണ് ആ സംഘത്തിലെ പ്രധാനികൾ. ശാസ്ത്രത്തിന്റെ വിവിധ തുറകളിൽ പെട്ടവരായിരുന്നു അവരൊക്കെ. ശാസ്ത്രത്തിന്റെ എല്ലാ തുറകളെയും സമന്വയിപ്പിച്ചുകൊണ്ട് യുക്തിസഹവും സമഗ്രവുമായ ഒരു ലോകവീക്ഷണം രൂപീകരിക്കാനാണ് അവർ ശ്രമിച്ചത്. എനിക്ക് മാർക്സിസത്തോടു താൽപര്യം വളർന്നുവന്ന ഘട്ടമായിരുന്നു അത്. എങ്കിലും വൈരുദ്ധ്യാത്മക ഭൗതികവാദം ദാർശനികമായി ശരിക്കും ഉൾക്കൊള്ളാൻ കഴിഞ്ഞിരുന്നില്ല. ആ പശ്ചാത്തലത്തിലാണ് ലോജിക്കൽ പോസിറ്റിവിസത്തെയും മാർക്സിസത്തെയും പൊരുത്തപ്പെടുത്താനുള്ള ഒരു ശ്രമം നടത്തിയത്. അതിന്റെ അടിസ്ഥാനത്തിൽ 'യുക്തിപരമായ അനുഭവൈക പ്രമാണവാദം' എന്ന ഒരു ലേഖനം എഴുതുകയുണ്ടായി. അത് 'അന്വേഷണ'ത്തിൽ രണ്ടു ലക്കങ്ങളായി പ്രസിദ്ധീകരിച്ചിരുന്നു. അന്ന് ഞാൻ അറിയപ്പെടുന്ന ആളൊന്നുമായിരുന്നില്ല. എങ്കിലും, ഈ ലേഖനങ്ങളെല്ലാം വായിച്ച് കേരളവർമ്മ കോളേജിലെ ഫിലോസഫി ഡിപ്പാർട്ട്മെന്റുകാർ '69ൽ അവരുടെ അസോസിയേഷൻ ഉദ്ഘാടനത്തിന് എന്നെയാണ് ക്ഷണിച്ചത് !

മറ്റൊരു രസകരമായ സംഭവവും ഓർക്കുന്നു. അക്കാലത്ത് കുട്ടികൃഷ്ണമാരാർ മാതൃഭൂമിയിലാണ്, പ്രൂഫ് റീഡറായിട്ട്. കൂട്ടേട്ടനായിട്ട് കുഞ്ഞുണ്ണിമാഷും. 'അന്വേഷണ'ത്തിലെ ലേഖനങ്ങൾ അവർക്കിടയിൽ ചർച്ചാവിഷയമായി. മാരാർ പറഞ്ഞുവത്രെ, വേണു എന്ന ഈ പയ്യൻ പറയുന്നപോലെ ഭൗതികവാദിയല്ല; അയാളുടെ ഉള്ളിൽ ഒരു ആത്മീയവാദിയുണ്ട് എന്ന്! പിന്നീട് കുഞ്ഞുണ്ണിമാഷ് പറഞ്ഞതാണിക്കാര്യം. ഞാനിപ്പോഴും അടിസ്ഥാനപരമായി ഭൗതികവാദ നിലപാടിൽതന്നെയാണ് വിശ്വസിക്കുന്നത്. എങ്കിലും അത് വെറും ഭൗതികവാദമല്ല. മാരാർ പറഞ്ഞ ആ എലിമെന്റ് അന്ന് അത്ര തിരിച്ചറിഞ്ഞിരുന്നില്ല. മാരാരെ കാണണമെന്നുണ്ടായിരുന്നു. പക്ഷേ, പറ്റിയില്ല. അന്ന് കുഞ്ഞുണ്ണിമാഷ് കോഴിക്കോട് ശ്രീരാമകൃഷ്ണാശ്രമം സ്കൂളിൽ പഠിപ്പിക്കുകയാണ്. മാഷ് എന്തോ കാര്യത്തിനു കൊല്ലത്തു പോയപ്പോൾ കാമ്പിശ്ശേരി കരുണാകരൻ എന്റെ വിലാസം കൊടുത്തു - കോഴിക്കോട് നിങ്ങളുടെ അടുത്ത് ഇങ്ങിനെയൊരാളുണ്ട് എന്നുപറഞ്ഞ്. അന്ന് ചേട്ടന് കോഴിക്കോട് ഒരു കടയുണ്ടായിരുന്നു. ഒരു ദിവസം, മുട്ടിനുതാഴെ മാത്രം എത്തുന്ന മുണ്ടും മുറിക്കയ്യൻ കുപ്പായവുമിട്ട് കൗതുകം ജനിപ്പിക്കുന്ന ഒരാൾ എന്നെയും അന്വേഷിച്ച് കടയിൽ വന്നു. അത് കുഞ്ഞുണ്ണിമാഷായിരുന്നു മാഷ് അന്ന് പ്രസിദ്ധനൊന്നുമായിരുന്നില്ല.

മാർക്സിസത്തെയും ലോജിക്കൽ പോസിറ്റിവിസത്തെയും സമന്വയിപ്പിക്കാനുള്ള ശ്രമം നടത്തിയിരുന്നുവെന്ന് പറഞ്ഞല്ലോ. അത്തരമൊരു വീക്ഷണം രൂപപ്പെടുത്തുന്നതിൽ കുറ്റിപ്പുഴയുമായുള്ള ബന്ധം സ്വാധീനം ചെലുത്തിയിട്ടുണ്ടോ? മാർക്സിന്റെയും ബർട്രാന്റ് റസ്സലിന്റെയും ചിന്തകളാണല്ലോ കുറ്റിപ്പുഴയുടെ വീക്ഷണത്തിന്റെ അടിസ്ഥാനം.

അക്കാര്യത്തിൽ കുറ്റിപ്പുഴയുടെ സ്വാധീനം ഒട്ടുമുണ്ടായിരുന്നില്ല. അദ്ദേഹവുമായി പരിചയപ്പെടുന്നതിനു മുമ്പുതന്നെ ലോജിക്കൽ പോസിറ്റിവിസം എന്നെ സ്വാധീനിച്ചിരുന്നു. 'ഭഗവത്ഗീത - ഇരുപതാം നൂറ്റാണ്ടിൽ' എന്ന ലേഖനപരമ്പര പ്രസിദ്ധീകരിച്ചുകൊണ്ടിരുന്ന സമയത്ത്, തൃശ്ശൂരിൽവെച്ച് കൂടിയ ഒരു യുക്തിവാദി സമ്മേളനത്തിൽ പങ്കെടുത്തതു മുതലാണ് കുറ്റിപ്പുഴയുമായുള്ള ബന്ധം തുടങ്ങുന്നത്. ഞാൻ 'പ്രപഞ്ചവും മനുഷ്യനും' എഴുതിയ സമയത്ത് അതിനൊരു അവതാരിക എഴുതാൻ അദ്ദേഹത്തെ സമീപിച്ചു. പക്ഷേ, അദ്ദേഹം അതിനു തയ്യാറായില്ല. അവതാരിക ഇല്ലാതെ തന്നെ ആ പുസ്തകത്തിനു നിലനിൽക്കാൻ കഴിയുമെന്നായിരുന്നു അദ്ദേഹത്തിന്റെ അഭിപ്രായം. കുറ്റിപ്പുഴയ്ക്ക് എന്നോട് പുത്രതുല്യമായ സ്നേഹമായിരുന്നു. പിന്നീട് ഞാൻ നക്സലൈറ്റ് ആയതിൽ അദ്ദേഹത്തിന് ഭയങ്കര വിഷമമുണ്ടായിരുന്നു. തിരുവനന്തപുരത്തു വന്ന് എന്നെ അതിൽനിന്ന് പിന്തിരിപ്പിക്കാനൊക്കെ ശ്രമിച്ചിരുന്നു. ഇടപ്പള്ളി പോലീസ് സ്റ്റേഷൻ ആക്രമണക്കേസിലെ പ്രതിയായിരുന്നു കുറ്റിപ്പുഴ.

'പ്രപഞ്ചവും മനുഷ്യനും' എന്ന കൃതി എഴുതാനുണ്ടായ പശ്ചാത്തലത്തെക്കുറിച്ച് വിശദീകരിക്കാമോ ?

എന്റെ ഒട്ടും അറിയപ്പെടാതെപോയ ഒരു ലേഖന പരമ്പരയുടെ ഭാഗവും തുടർച്ചയുമായിട്ടാണ് 'പ്രപഞ്ചവും മനുഷ്യനും' വരുന്നത്. 'ഭഗവത്ഗീത - ഇരുപതാം നൂറ്റാണ്ടിൽ' എന്നാണ് ആ പരമ്പരയുടെ പേര്. കോഴിക്കോട് മലബാർ ക്രിസ്ത്യൻ കോളേജിൽ ഒന്നാംവർഷ എം.എസ്.സി.ക്ക് പഠിക്കുമ്പോഴാണ് അതെഴുതുന്നത്. ഇരിങ്ങാലക്കുട ക്രൈസ്റ്റ് കോളേജിൽ വഴക്കുണ്ടാക്കിയാണ് കോഴിക്കോട്ടേയ്ക്ക് പോവുന്നത്. കോഴിക്കോട്, പഠിച്ചുകൊണ്ടിരിക്കുന്നതിന്റെ കൂട്ടത്തിലാണ് ഗീതയും ഉപനിഷത്തുകളുമൊക്കെ വായിച്ചത്.

ഭഗവത്ഗീതയിലെ ബ്രഹ്മം, ജീവാത്മാവ്, പരമാത്മാവ് തുടങ്ങിയ ആശയങ്ങളേയും സങ്കൽപ്പങ്ങളേയുമെല്ലാം വിശകലനം ചെയ്ത് ഖണ്ഡിക്കാനുള്ള ശ്രമമായിരുന്നു അത്. ഈ ആശയങ്ങളെ താർക്കികമായി ഖണ്ഡിച്ചതിനുശേഷം ആധുനികശാസ്ത്രത്തിന്റെ നിഗമനങ്ങൾ അവതരിപ്പിക്കുന്ന

രീതിയായിരുന്നു. ആ ലേഖനപരമ്പരയിൽ അവലംബിച്ചത്. അക്കാലമാവുമ്പോഴേക്കും എൻസൈക്ലോപീഡിക് ആയ അറിവ് ഞാൻ സമാഹരിച്ചു കഴിഞ്ഞിട്ടുണ്ടായിരുന്നു. എന്റെ ശാസ്ത്രസംബന്ധമായ അന്വേഷണങ്ങളുടെ ഫലങ്ങൾ ഏറെക്കുറെ ആ പരമ്പരയ്ക്ക് പിന്നിലുണ്ടായിരുന്നു. മൊത്തം പ്രപഞ്ചത്തെക്കുറിച്ച് ആധുനികശാസ്ത്രത്തിന് എന്താണ് പറയാനുള്ളത് എന്നത് ഞാൻ അതിൽ വിവരിച്ചിരുന്നു. ഭഗവത്ഗീതയിൽ നിന്നും ഉപനിഷത്തുകളിൽനിന്നുമെല്ലാം ധാരാളം ഉദ്ധരിക്കുകയും ചെയ്തിരുന്നു.

എഴുതിയതിനുശേഷം കൈയ്യെഴുത്ത് പ്രതിയുമായി എൻ.വി. കൃഷ്ണവാരിയരെ ചെന്നുകണ്ടു. എൻ.വി.അന്ന് മാതൃഭൂമി ആഴ്ചപ്പതിപ്പിന്റെ പത്രാധിപരാണ്. അതു വായിച്ചശേഷം, 'ഇതു മാതൃഭൂമിയുടെ രീതിക്ക് ചേർന്നതല്ല' എന്നൊക്കെ പറഞ്ഞ് തിരിച്ചുതന്നു. മാതൃഭൂമി കഴിഞ്ഞാൽ അന്ന് പോപ്പുലറായ വാരിക 'ജനയുഗ'മാണ്. കാമ്പിശ്ശേരി കരുണാകരനാണ് അതിന്റെ പത്രാധിപർ. ചെറുകാടിന്റെ 'ശനിദശ'യൊക്കെ ഖണ്ഡശ്ശ:0യായി പ്രസിദ്ധീകരിച്ചുവരുന്ന കാലഘട്ടം. സാധനം ജനയുഗത്തിന് അയച്ചുകൊടുത്തു. കാമ്പിശ്ശേരിയുടെ മറുപടി ഉടനെ വന്നു - അടുത്തലക്കം മുതൽ പ്രസിദ്ധീകരിക്കുന്നു എന്ന് അറിയിച്ചുകൊണ്ട്.

ആ പരമ്പര പ്രസിദ്ധീകരിച്ചുവരുന്ന സമയത്ത് കോഴിക്കോട് മലബാർ ക്രിസ്ത്യൻ കോളേജിലെ വിദ്യാർത്ഥി ആയിരുന്നുവല്ലോ ഞാൻ. ക്രിസ്മസ് വെക്കേഷന് നാട്ടിൽ വന്ന സമയം തൃശ്ശൂർ റീജിയണൽ തിയേറ്ററിൽ യുക്തിവാദികളുടെ ഒരു സമ്മേളനം നടക്കുന്നു. കുറ്റിപ്പുഴ കൃഷ്ണപ്പിള്ളയും എം.സി. ജോസഫും ഒക്കെ പങ്കെടുക്കുന്നുണ്ട്. അവരും കോവൂരും ഒക്കെ അന്ധവിശ്വാസങ്ങൾക്കെതിരെ എഴുതുന്ന ലേഖനങ്ങൾ താൽപര്യത്തോടെ വായിച്ചിരുന്നുവെങ്കിലും യുക്തിവാദത്തോടു പ്രത്യേക താൽപര്യമൊന്നും ഉണ്ടായിരുന്നില്ല. ഞാനും ആ സമ്മേളനത്തിൽ പങ്കെടുത്തു. മുഖ്യ പ്രഭാഷകൻ സംസാരിച്ചു കഴിഞ്ഞാൽ ശ്രോതാക്കൾക്ക് അഭിപ്രായം പറയാൻ അവസരം ഉണ്ടായിരുന്നു. അതിൽ പങ്കെടുത്തുകൊണ്ട് ഞാനും പത്തുമിനിറ്റ് സംസാരിച്ചു. ജനയുഗത്തിൽ പ്രസിദ്ധീകരിച്ചുകൊണ്ടിരുന്ന എന്റെ ഗീതാപരമ്പര വളരെ താൽപര്യത്തോടെ വായിക്കുന്നവരായിരുന്നു അന്നവിടെവന്ന യുക്തിവാദികളെല്ലാം. അവരിൽ പലർക്കും ചെറിയൊരു പയ്യനായ എന്നെക്കണ്ടപ്പോൾ അത്ഭുതമാണ് തോന്നിയത്. പിന്നെ അവിടുന്നങ്ങോട്ട് എനിക്ക് തിരക്കോടുതിരക്കായി. യുക്തിവാദികൾ അവരുടെ സമ്മേളനങ്ങൾക്ക് ക്ലാസ്സ്

എടുക്കാൻ വിളിക്കലായി. അക്കാലത്താണ് വി.ടി.ഭട്ടതിരിപ്പാടിന്റെ നേതൃത്വത്തിൽ ജാതിക്കും അന്ധവിശ്വാസങ്ങൾക്കും എതിരായി ഒരു പ്രചരണജാഥ നടത്തിയത്. അതിന്റെ ഭാഗമായി നടത്തിയ ക്ലാസ്സുകളിൽ പല ചോദ്യങ്ങളും ഉയർന്നു വന്നിരുന്നു. അപ്പോഴാണ് പ്രാപഞ്ചിക പ്രതിഭാസങ്ങളെയും പ്രശ്നങ്ങളെയും സമഗ്രമായി വിശകലനം ചെയ്യുന്ന ഒരു പുസ്തകം ആവശ്യമാണെന്ന തോന്നൽ ഉണ്ടായത്. അങ്ങനെ 'ഭഗവദ്ഗീത-ഇരുപതാം നൂറ്റാണ്ടിൽ' എന്ന പരമ്പരയിലെ ഗീതാചർച്ചകളെ ഒഴിവാക്കി, അതിലെ ശാസ്ത്രലേഖനങ്ങളെ മാത്രം സമാഹരിച്ച് വിപുലീകരിച്ചതാണ് 'പ്രപഞ്ചവും മനുഷ്യനും' എന്ന പുസ്തകം.

'പ്രപഞ്ചവും മനുഷ്യനും' എന്ന കൃതിയിൽ ശാസ്ത്രീയമായ വിശദാംശങ്ങൾക്കാണ് പ്രാധാന്യം കൊടുത്തുകാണുന്നത്. ദാർശനികവീക്ഷണം അന്തർധാരയായിട്ടാണ് കിടക്കുന്നത്. അതേക്കുറിച്ച് എന്താണ് അഭിപ്രായം?

അടിസ്ഥാനപരമായി ഞാൻ ഒരു ശാസ്ത്രവാദിയായിരുന്നു എന്ന് പറയാവുന്നതാണ്. സിവിക് ചന്ദ്രനൊക്കെ എന്നെ ശാസ്ത്രവാദി എന്ന് വിളിച്ചിട്ടുണ്ട്. സയൻസിനോടായിരുന്നു എന്റെ താൽപര്യം. അതേസമയം തന്നെ അതിനൊരു വ്യത്യാസമുണ്ടായിരുന്നു. സാധാരണ ശാസ്ത്രവാദികളുടേതുപോലുള്ള സമീപനമായിരുന്നില്ല എന്റേത്. ഞാൻ സയൻസിനെ സമീപിക്കുന്നത് അടിസ്ഥാനപരമായ ദാർശനിക പ്രശ്നങ്ങൾക്ക് പരിഹാരം അന്വേഷിച്ചാണ്. പ്രപഞ്ചം, ജീവൻ, മനസ്സ് തുടങ്ങിയവയെ സംബന്ധിക്കുന്ന പ്രശ്നങ്ങൾ.

ദർശനപഠനത്തെക്കുറിച്ച് ?

കോഴിക്കോട് പഠിച്ചുകൊണ്ടിരുന്നപ്പോഴാണ് ഗീതയും ഉപനിഷത്തുകളുമൊക്കെ വായിച്ചത്. ഋഗ്വേദം മുഴുവനൊന്നും വായിച്ചിട്ടില്ല, കുറച്ചൊക്കെ വായിച്ചിട്ടുണ്ടെന്നല്ലാതെ. ബൃഹദാരണ്യകോപനിഷത്തൊക്കെ എന്നെ വളരെ ആകർഷിച്ചിട്ടുണ്ട്. ബൃഹദാരണ്യകം ഡയലറ്റിക്സിലേക്ക് കടക്കുന്നുണ്ട്. പിന്നീട് ബൃഹസ്പതി എന്ന പേരൊക്കെ ഞാൻ തൂലികാനാമമായി ഉപയോഗിച്ചിട്ടുണ്ട്. അന്ന് ദർശനത്തിന്റെ ചരിത്രമൊക്കെ പഠിച്ചിരുന്നു. ആദ്യം തുടങ്ങുന്നത് രാഹുൽസാംകൃത്യായന്റെ 'വിശ്വദർശനങ്ങൾ' എന്ന പുസ്തകത്തിൽ നിന്നാണ്. പാശ്ചാത്യവും പൗരസ്ത്യവുമായ ദർശനങ്ങളെക്കുറിച്ചുള്ള പഠനമാണത്. ഡോ. എസ്.രാധാകൃഷ്ണന്റെ 'ഈസ്റ്റേൺ ആന്റ് വെസ്റ്റേൺ ഫിലോസഫി', വിൽ ഡ്യൂറന്റിന്റെ 'ദി സ്റ്റോറി ഓഫ് ഫിലോസഫി' തുടങ്ങിയ കൃതികളിലൂടെ പ്രാഥമിക തലത്തിലുള്ള മൊത്തത്തിലുള്ള അന്വേഷണം അക്കാലത്തുതന്നെ

നടത്തിയിട്ടുണ്ട്. ലോകത്തിൽ നിലവിലുള്ള ഓരോ ദർശന ശാഖകളുടേയും അടിസ്ഥാന നിലപാടുകളിലേ എനിക്ക് താൽപര്യമുണ്ടായിരുന്നുള്ളൂ. സത്താമീമാംസപരവും (ontological) മറ്റുമായ അടിസ്ഥാനനിലപാടുകൾ. അവയുടെ സൂക്ഷ്മാംശങ്ങളിലും രീതിശാസ്ത്രപരമായ ചർച്ചകളിലും എനിക്ക് ഒട്ടും താൽപര്യമുണ്ടായിരുന്നില്ല.

ശാസ്ത്രവും ദർശനവും തമ്മിലുള്ള ബന്ധവും അന്തരവും എന്താണ് ?

ലോജിക്കൽ പോസിറ്റീവിസത്തിന്റെ കാലഘട്ടത്തിൽ ഇതേക്കുറിച്ച് സജീവമായ ചർച്ചകൾ നടന്നിട്ടുണ്ട്. അവർ സയൻസിനെ നിർവ്വചിക്കാൻ ശ്രമിച്ചിട്ടുണ്ട്. ആനുഭവിക (Empirical) മായി തെളിയിക്കാനാവുന്നവയെ മാത്രമേ ശാസ്ത്രത്തിന്റെ പരിധിയിൽ ഉൾപ്പെടുത്താനാവൂ എന്നാണവരുടെ അഭിപ്രായം. അതായത് സമൂർത്തവും പരിമിതവുമായ മേഖലകളിലെ പ്രശ്നങ്ങളെയാണ് ശാസ്ത്രം കൈകാര്യം ചെയ്യുന്നത്. ഒരു സിദ്ധാന്തമോ ആശയമോ ശാസ്ത്രീയമാണോ അശാസ്ത്രീയമാണോ എന്നു കണ്ടെത്തുന്നതിനുള്ള മാനദണ്ഡമായി കാൾ പോപ്പറെപ്പോലുള്ളവർ അസത്യവൽക്കരണ സിദ്ധാന്തം (Theory of falsification) കൊണ്ടുവന്നിട്ടുണ്ട്. അതായത് ഒരു പ്രസ്താവന ശാസ്ത്രീയമാവണമെങ്കിൽ തെറ്റാണെന്നു തെളിയിക്കാൻ കഴിയുന്നവിധം അത് ആവിഷ്ക്കരിക്കപ്പെട്ടിരിക്കണം. അനന്തവും യൂണിവേഴ്സലുമായ മേഖലയിലെ പ്രശ്നങ്ങളെക്കുറിച്ച് ശാസ്ത്രത്തിന് ഒന്നും പറയാനാവില്ല. ആ മേഖലയിലെ പ്രശ്നങ്ങളെ ശാസ്ത്രീയമായി തെറ്റെന്നോ ശരിയെന്നോ തെളിയിക്കാൻ ആവില്ല. ആ മണ്ഡലത്തിലെ പ്രശ്നങ്ങളെയാണ് ദർശനം കൈകാര്യം ചെയ്യുന്നത്. ആ അർത്ഥത്തിലാണ് ദർശനം അശാസ്ത്രീയാണെന്ന് പറയുന്നത്. അതുകൊണ്ടാണ് ഫിലോസഫിയെ മെറ്റാഫിസിക്സ് എന്ന് വിളിക്കുന്നത്. സയൻസ് ഏതു ഘട്ടത്തിലാണ് മെറ്റാഫിസിക്സ് ആയി മാറുന്നത് എന്നു നിർവ്വചിക്കാനായിരുന്നു ലോജിക്കൽ പോസിറ്റിവിസ്റ്റുകളുടെ ശ്രമം. വൈരുദ്ധ്യദർശനവും ഭൗതികവാദവുമൊക്കെ മൊത്തം പ്രപഞ്ചത്തെ സംബന്ധിക്കുന്നതുകൊണ്ടാണ് അവ മെറ്റാഫിസിക്സ് ആണെന്ന് പറയുന്നത്. മനുഷ്യവിജ്ഞാനത്തെ ആനുഭവികശാസ്ത്രത്തിന്റെ തലത്തിൽ മാത്രം ഒതുക്കിനിർത്താൻ കഴിയില്ല. ശാസ്ത്രത്തിന്റെ മണ്ഡലത്തിനു വെളിയിൽ ദാർശനികമായ അന്വേഷണത്തിന്റെ ഒരുതലം കൂടി മനുഷ്യനുണ്ട്. മനുഷ്യാന്വേഷണത്തിന്റെ അവിഭാജ്യ ഘടകങ്ങളാണ് ഇവ രണ്ടും.

ദർശനത്തിന്റെ ആശയങ്ങളെ രൂപീകരിക്കുന്നതിൽ ശാസ്ത്രത്തിനു പങ്കില്ലേ ?

തീർച്ചയായുമുണ്ട്. ദർശനത്തിന്റെ സാർവ്വലൗകികമായ നിയമങ്ങൾ രൂപീകരിക്കുന്നതിൽ ശാസ്ത്രത്തിന്റെ ഇതുവരെയുള്ള അന്വേഷണഫലങ്ങളെ മുഴുവൻ നമുക്ക് ഉപയോഗിക്കേണ്ടിവരും. ഉപയോഗിക്കുകയും ചെയ്യാം. അത് പ്രാപഞ്ചികമായ സാർവ്വത്രിക നിയമമായി മാറുമ്പോൾ ശാസ്ത്രമല്ലാതായിത്തീരുകയും ദർശനമായി മാറുകയും ചെയ്യുന്നു. അപ്പോൾ ശാസ്ത്രവും ദർശനവും തമ്മിൽ വ്യത്യാസമുണ്ട്. മനുഷ്യന്റെ അന്വേഷണ മേഖലയിലെ, വിജ്ഞാനമേഖലയിലെ ഒരു പ്രധാന ഘടകമാണ് ദർശനം. അനന്തമായ പ്രപഞ്ചവുമായി ബന്ധപ്പെട്ടുകൊണ്ട് മനുഷ്യൻ നടത്തുന്ന അന്വേഷണത്തിന്റെ ഒരു മേഖലയാണത്. അതിനെ ശാസ്ത്രമായി ചുരുക്കേണ്ടതില്ല. ശാസ്ത്രത്തിൽ നിന്ന് വ്യത്യസ്തമാണത്. അതുകൊണ്ട് അതിനെ ശാസ്ത്രീയം എന്നുപറയേണ്ടതുമില്ല.

ശാസ്ത്രങ്ങളുടെ ശാസ്ത്രമാണ് ദർശനം എന്നൊരു നിർവ്വചനം ഉണ്ടല്ലോ? അതേക്കുറിച്ച് എന്താണഭിപ്രായം ?

അത് വളരെ ലളിതമായ, സർവ്വസാധാരണമായ തലത്തിലുള്ള നിർവ്വചനമാണ്. സൂക്ഷ്മതലത്തിൽ, നമ്മൾ നേരത്തേ സയൻസിനേയും ദർശനത്തേയും നിർവ്വചിച്ച തലത്തിൽ അതു സാധ്യമല്ല. മാർക്സിസ്റ്റു പാഠപുസ്തകങ്ങളിൽ ശാസ്ത്രങ്ങളുടെ ശാസ്ത്രമാണ് മാർക്സിസമെന്ന് വിശദീകരിക്കാറുണ്ട്. വിപ്ലവത്തിന്റെ ദാർശനിക പ്രശ്നങ്ങൾ എന്ന കൃതിയിൽ ഞാൻ ഈ നിലപാടിനെ വിമർശിച്ചുകൊണ്ട് എഴുതിയിട്ടുണ്ട്. ശാസ്ത്രത്തിനു തെളിയിക്കപ്പെടുക എന്നൊരു പരിമിതിയുണ്ടല്ലോ. തെളിയിക്കപ്പെടുന്നതിനതീതമായ സാർവ്വത്രികമായ പ്രപഞ്ചത്തെ സംബന്ധിക്കുന്ന നിയമങ്ങൾ ആവിഷ്ക്കരിക്കപ്പെടുന്നിടത്ത് അതിനെ ശാസ്ത്രമെന്നു നിർവ്വചിക്കാൻ പറ്റില്ല.

ഈ വീക്ഷണത്തിന്റെ പേരിൽ പണ്ട് ഇ.എം.എസ്. നമ്പൂതിരിപ്പാടുമായി തർക്കമുണ്ടായല്ലോ ?

ഞാൻ അതെഴുതിയപ്പോൾ അവസാനം വേണ മാർക്സിസം ശാസ്ത്രീയമല്ല എന്ന പിന്തിരിപ്പൻ നിലപാടുവരെയെത്തി എന്നൊക്കെ പറഞ്ഞ് ഇ.എം.എസ് എനിക്ക് ഒരു മറുപടിയൊക്കെ എഴുതിയിരുന്നു. ഇ.എം.എസിനെപ്പോലുള്ളവർക്ക് ഈ മേഖലയെക്കുറിച്ച് ഒന്നും അറിയില്ല. വൈരുദ്ധ്യാത്മക വിചിന്തനശാസ്ത്രത്തിനു പകരം പഴയ ഔപചാരിക യുക്തിതന്നെയാണ് അവർ പിന്തുടരുന്നത്.

വിപ്ലവത്തിന്റെ ദാർശനിക പ്രശ്നങ്ങൾ എന്ന കൃതിയെപ്പറ്റി ?

ഞാൻ പൂർണ്ണമായും ഒരു മാവോയിസ്റ്റായിരുന്ന കാലത്താണ് അതെഴുതുന്നത്. 79-ലാണ് അത് പ്രസിദ്ധീകരിച്ചത്. വൈരുദ്ധ്യ ദർശനത്തിന്റെ അടിസ്ഥാനത്തിൽ കാര്യങ്ങളെ വിശകലനം ചെയ്യാനുള്ള ശ്രമമായിരുന്നു അത്. മാവോയുടെ സ്വാധീനം അതിൽ കാണാം. അതിന്റെ ആമുഖത്തിൽ ഇ.എം.എസിന്റെ ചിന്താരീതിയെ ആക്രമിച്ചുകൊണ്ട് എഴുതിയിട്ടുണ്ട്. ഒരു മാർക്സിസ്റ്റ് പാഠപുസ്തകം എന്ന നിലയിൽ ഇന്നും അത് പ്രസക്തമാണ്. അതിന്റെ കോപ്പികളൊന്നും കിട്ടാനില്ല. എന്റെ കൈയിലുണ്ടായിരുന്ന ഒരു കോപ്പി ആരോ കൊണ്ടുപോയി തിരിച്ചുതന്നില്ല. ഒരു സുഹൃത്തിന്റെ കൈയിലുണ്ടായിരുന്ന കോപ്പിയുടെ ഫോട്ടോസ്റ്റാറ്റ് കോപ്പിയാണ് ഇപ്പോൾ എന്റെ കൈയിലുള്ളത്. അതിന്റെ ഇംഗ്ലീഷ് തർജ്ജമ 1982-ൽ പ്രസിദ്ധീകരിച്ചിരുന്നു. അതു വ്യാപകമായ ശ്രദ്ധനേടിയിരുന്നു.

ദാർശനിക പ്രശ്നങ്ങൾ പുനഃപ്രസിദ്ധീകരിച്ചുകൂടെ ?

അതൊരു വലിയ പുസ്തകമാണ്. ആരാണത് പ്രസിദ്ധീകരിക്കാൻ വരിക ? വേണമെങ്കിൽ സ്വയംതന്നെ പ്രസിദ്ധീകരിക്കണം. ഏതായാലും ഇപ്പോൾ അതു കഴിയുമെന്നു തോന്നുന്നില്ല.

വൈരുദ്ധ്യദർശനവും ആധുനിക ജീവശാസ്ത്രവും

നോബൽ സമ്മാനം ലഭിച്ച ഴാക്വെ മൊണാഡിന്റെ 'യാദൃച്ഛികതയും അനിവാര്യതയും' എന്ന പുസ്തകത്തെക്കുറിച്ച് 'വൈരുദ്ധ്യാധിഷ്ഠിത ഭൗതികവാദവും ആധുനികശാസ്ത്രവും' എന്ന പേരിൽ ഒരു ലേഖനം എഴുതിയിട്ടുണ്ടല്ലോ ?

ഉണ്ട്. ക്വാണ്ടം ബലതന്ത്രത്തിന്റെ വാദമുഖങ്ങൾ ജീവശാസ്ത്രത്തിലും പ്രസക്തമാണെന്ന സ്ഥാപിക്കാനാണ് മൊണാഡ് ആ പുസ്തകത്തിൽ ശ്രമിക്കുന്നത്. തന്മാത്രാ ജീവശാസ്ത്ര (Molecular biology) ത്തിന്റെ അടിസ്ഥാനത്തിൽ, ജീവലോകത്തെ ഭരിക്കുന്നത് യാദൃച്ഛികതയുടെ നിയമമാണ്, അനിവാര്യതയ്ക്ക് കാര്യമായ സ്വാധീനമൊന്നുമില്ല എന്നാണ് അദ്ദേഹം സ്ഥാപിക്കുന്നത്. ജൈവപരിണാ മത്തിന്റെ അടിസ്ഥാനം ഉൽപരിവർത്തന (Mutation) മാണ്. ഉൽപരിവർത്ത നമാകട്ടെ യാദൃച്ഛികമായി സംഭവിക്കുന്നതും. ജീവന്റെ അടിസ്ഥാന ഘടകമായ ഡി.എൻ.എ.യിൽ പ്രപഞ്ചത്തിന്റെ മറ്റു ഭാഗങ്ങളിൽ നിന്ന് വരുന്ന അൾട്രാ വയലറ്റ് രശ്മികളെപ്പോലുള്ള വികിരണങ്ങൾ പതിക്കാനിടയാകുന്നു. അങ്ങനെ ഏതെങ്കിലും ഡി.എൻ.എ. ഘടനയ്ക്ക് മാറ്റമുണ്ടാകുന്നു. അത് പ്രോട്ടീനിന്റെ സ്വഭാവത്തെയും തന്മാത്രയേയു മെല്ലാം മാറ്റുന്നു. അത് ജീവിയുടെ ശരീരഘടനയിലും സ്വഭാവത്തിലും പരിണാമത്തിനു കാരണമാകുന്നു. ഇത്തരം ഉൽപരിണാമങ്ങൾ ജൈവ ലോകത്ത് ധാരാളം സംഭവിക്കുന്നുണ്ട്. അപ്പോൾ പരിണാമത്തിന്റെ അടിസ്ഥാനം യാദൃച്ഛികതയാണ്.

അനിവാര്യത മാത്രമാണ് പ്രപഞ്ചത്തിലുള്ളതെങ്കിൽ ജൈവപരിണാമം സാദ്ധ്യമാകില്ല അല്ലേ ? അപ്പോൾ ജൈവപരിണാമത്തിൽ അനിവാര്യതയുടെ പങ്കെന്താണ് ?

അതെ. യാദൃച്ഛികതയാണ് ജീവലോകത്തെയും പരിണാമത്തെയും നിർണ്ണയിക്കുന്നതെന്നാണ് മൊണാഡിന്റെ വാദം. അനിവാര്യതയ്ക്ക് കാര്യമായ സ്ഥാനമൊന്നും അദ്ദേഹം നൽകുന്നില്ല. എന്നാൽ അങ്ങനെയല്ല കാര്യം. ജൈവപരിണാമത്തിൽ അനിവാര്യതയും യാദൃച്ഛികതയും വൈരുദ്ധ്യാത്മകമായി പ്രവർത്തിക്കുന്നുണ്ട്. ഇക്കാര്യം കാണാതെ മൊണാഡ് യാദൃച്ഛികതയിൽ ഏകപക്ഷീയമായി ഊന്നുകയാണ് ചെയ്യുന്നത്. അദ്ദേഹം തുടങ്ങുന്നതുതന്നെ വൈരുദ്ധ്യാത്മക ഭൗതികവാദത്തെ ആക്രമിച്ചുകൊണ്ടാണ്. അന്നുതന്നെ ഞാനതിനു മറുപടി കണ്ടെത്തിയിരുന്നു. ഉൽപരിണാമം നമ്മളിലെല്ലാം സംഭവിക്കുന്നുണ്ട്. എന്നാൽ എല്ലാ ഉൽപരിണാമങ്ങളും അതിജീവി (Survive) ക്കുന്നില്ല. ആ ഉൽപരിണാമങ്ങൾ നമ്മുടെ സാഹചര്യത്തിനനുസരിച്ചുള്ള വലിയൊരു അരിക്കൽ പ്രക്രിയ (Filtering Process) യ്ക്ക് വിധേയമാകുന്നുണ്ട്. അതായത് ചുറ്റുപാടുകൾക്ക് അനുയോജ്യമായ ഉൽപരിണാമങ്ങൾ മാത്രമേ അംഗീകരിക്കപ്പെടുന്നുള്ളൂ. സാഹചര്യങ്ങൾ അഥവാ ചുറ്റുപാടുകൾക്ക് അനുയോജ്യമായ ഉൽപരിണാമങ്ങൾ മാത്രമേ അംഗീകരിക്കപ്പെടുന്നുള്ളൂ. സാഹചര്യങ്ങൾ അഥവാ ചുറ്റുപാടുകൾ എന്നുപറയുന്നത് വളരെ അനിവാര്യമായ ചട്ടക്കൂടാണ്. ഈ അനിവാര്യമായ ചട്ടക്കൂടിനോട് ഏറ്റുമുട്ടി ഈ ഉൽപരിണാമങ്ങളിൽ മിക്കതും തകർന്നുപോകുന്നുണ്ട്. എന്നിട്ട് അതിൽനിന്ന് അനിവാര്യമായ സാഹചര്യങ്ങൾക്ക് അനുയോജ്യ മായവ മാത്രം തെരഞ്ഞെടുക്കപ്പെടുന്നു. ഈ തെരഞ്ഞെടുപ്പിലൂടെ എന്താണ് സംഭവിക്കുന്നത്? അനിവാര്യമായ ചട്ടക്കൂട് ഭേദിക്കപ്പെടുന്നു.

അങ്ങനെ വീണ്ടും പുതിയ ഒരു അനിവാര്യത യാദൃച്ഛികതയിലൂടെ സൃഷ്ടിക്കപ്പെടുന്നു അല്ലേ ?

അനിവാര്യമായ ചട്ടക്കൂട് നിലനിൽക്കെതന്നെ യാദൃച്ഛികതയും ഒരു യാഥാർത്ഥ്യമാണ്. അനന്തമായ സാദ്ധ്യതകൾ ഉള്ളതുകൊണ്ട് യാദൃച്ഛികത എപ്പോഴും അനിവാര്യതയുമായിട്ട് ഏറ്റുമുട്ടിക്കൊണ്ടിരിക്കും. ആ ഏറ്റുമുട്ടലിന്റെ ഫലമായി അനിവാര്യത ഭേദിക്കപ്പെടുന്നു. മാവോ പറഞ്ഞത് അനിവാര്യതയെ മാറ്റലാണ് സ്വാതന്ത്ര്യം എന്നാണല്ലോ. പ്രകൃതിയിൽ അതു നടക്കുന്നുണ്ട്. ജൈവപരിണാമത്തിൽ അതു വളരെ മനോഹരമായി ക്കാണാം. ജൈവപരിണാമത്തിന്റെ ചരിത്രം മുഴുവൻ

എന്റെ മനസ്സിൽ വളരെ വ്യക്തമായുണ്ട്. ഏകകോശജീവി മുതൽ മനുഷ്യൻ വരെ പരിണമിച്ചുവന്നതിന്റെ ചരിത്രം. യാദൃച്ഛിക സംഭവങ്ങളിലൂടെയുള്ള ഉൽപരിവർത്തനങ്ങൾ ജൈവപ്രകൃതിയിൽ അനവധി നടന്നിട്ടുണ്ട്. അപ്പോഴെല്ലാം അനിവാര്യമായ ചട്ടക്കൂട് അതിനെയെല്ലാം ഫിൽറ്റർ ചെയ്തിട്ടുമുണ്ട്. എന്നിട്ടും അനിവാര്യത മാറ്റപ്പെടുകയും ചെയ്യുന്നുണ്ട്. വൈരുദ്ധ്യാത്മക പ്രക്രിയയുടെ മനോഹരമായ ഒരു രംഗമാണ് ജൈവപരിണാമത്തിന്റെ മേഖല. ഈ മേഖലയിൽ മാത്രമല്ല, മറ്റു മേഖലകളിലും ഇതുകാണാം. എന്നാൽ അജൈവമേഖലയിലെ മാറ്റങ്ങൾ വളരെ പതുക്കെയാണ് സംഭവിക്കുന്നത്.

അജൈവലോകം കൂടുതലും മെക്കാനിക്കൽ ആണോ ?

അതെ. ആ മെക്കാനിക്കൽ തലത്തിൽ നിന്ന് കുറെക്കൂടി ചലനാത്മകമാകുന്നു ജൈവലോകത്തിൽ. ആ ജൈവലോകത്തിലെ മാറ്റത്തെക്കാൾ കുറെക്കൂടി ഡൈനാമിക് ആകുന്നു മാനസികലോകത്തിൽ. മാനസികലോകം എന്നത് വാക്കുകളുടെ ലോകമാണ്. ചിന്തയും ഭാവനയുമെല്ലാം നടക്കുന്നത് ഭാഷയുടെ സഹായത്തോടെയാണ്. മസ്തിഷ്കത്തിന് ഒരു ചട്ടക്കൂടുണ്ട്. ചിന്താപദ്ധതിയുടെ ചട്ടക്കൂട്. മൗലികചിന്ത എന്നൊക്കെ പറയുന്നതിന്റെ അടിസ്ഥാനം ഇവിടെയാണ്. മനുഷ്യസമൂഹത്തിന് മുഴുവൻ ബാധകമായ ജനിതകഘടനയെയാണ് ഹ്യൂമൺ ജീനോം എന്നുപറയുന്നത്. ആ ജനിതകഘടനയുള്ളവർ മുഴുവനും മനുഷ്യരാണ്. പക്ഷെ ഒരു മനുഷ്യനും മറ്റൊരു മനുഷ്യനെ പ്പോലെ ആവുന്നില്ല. അവിടെ യാദൃച്ഛികതയാണ് പങ്കുവഹിക്കുന്നത്. യാദൃച്ഛികത എന്നുപറയാൻ കാരണം, മനുഷ്യനിൽ ഒരു ലക്ഷത്തോളം ജീനുകളുണ്ടെന്നാണ് ഇപ്പോൾ കണക്കാക്കപ്പെട്ടിട്ടുള്ളത്. ഈ ഒരു ലക്ഷത്തോളം ജീനുകളിൽ മുഴുവനും തന്നെ എല്ലാവരിലും പ്രവർത്തിക്കുന്നില്ല.

അപ്പോൾ ഗുപ്തജീനുകൾ ധാരാളം ഉണ്ട് എന്നർത്ഥം ?

അതെ, കുറെ ജീനുകൾ ഗുപ്തമാകും. കുറച്ച് സക്രിയവുമായിരിക്കും. ഇവയ്ക്ക് രണ്ടിനും ഇടയിലുള്ള സ്വഭാവമുള്ളതും ഉണ്ടാകും. ഇവയുടെ വ്യത്യസ്ത അനുപാതത്തിലും രീതിയിലുമുള്ള കൂടിച്ചേരലാണ് വൈവിദ്ധ്യങ്ങൾക്ക് അടിസ്ഥാനമായിരിക്കുന്നത്. ഈ കൂടിച്ചേരലിൽ മുഖ്യപങ്കുവഹിക്കുന്നത് യാദൃച്ഛികതയാണ്. ഉദാഹരണത്തിന്, ഒരു പുതിയ കുഞ്ഞ് രൂപംകൊള്ളുന്നതു നോക്കുക. ഭ്രൂണകം (Zygote) രൂപംകൊള്ളുന്നത് അണ്ഡവും ബീജവും സംയോജിച്ചാണല്ലോ. അമ്മയുടെ ഗർഭപാത്രത്തിലെ അണ്ഡത്തിലേക്കു വരുന്നത് പുരുഷന്റെ രണ്ടോ മൂന്നോ ലക്ഷം

ബീജങ്ങളാണ്. അതിലൊരെണ്ണം മാത്രമാണ് അണ്ഡവുമായി സംയോജിക്കുന്നത്. ലക്ഷക്കണക്കിലുള്ള ഈ ബീജങ്ങളുടെ ഓരോന്നിന്റെയും ഘടന വ്യത്യസ്തമാണ്. ഇതിൽ ഏതാണ് സ്ത്രീയുടെ അണ്ഡവു മായി യോജിക്കുന്നത് എന്നു തീരുമാനിക്കുന്നതിൽ ആ സന്ദർഭവുമായി ബന്ധപ്പെട്ട നിരവധി ഘടകങ്ങളുണ്ട്. അവിടെ യാദൃച്ഛികതയ്ക്ക് പ്രധാന പങ്കാണുള്ളത്. അപ്പോഴത്തെ ഭക്ഷണത്തിന്റെ സ്വഭാവം, വൈകാരിക മുഹൂർത്തത്തിന്റെ ഏറ്റക്കുറച്ചിലുകൾ, പിന്നെ അന്തരീക്ഷം-എല്ലാം ഘടകങ്ങളാണ്. ഇങ്ങനെയുള്ള അനവധി യാദൃശ്ചിക ഘടകങ്ങൾ കൂടിച്ചേർന്നിട്ടാണ് ആ പ്രത്യേക സംയോജനം ഉണ്ടാകുന്നത്. ഒട്ടുംതന്നെ പൂർവ്വനിർണ്ണീതമല്ല (Pre-determined) അത്. അപ്പോൾ സംയോജനത്തിന്റെ അനവധി സാദ്ധ്യതകളിലൊന്നു മാത്രമാണ് തെരഞ്ഞെടുക്കപ്പെടുന്നത്.

പ്രതിഭയുടെ അടിസ്ഥാനം ജനിതകപരമാണോ ?

മനുഷ്യജീനോം എന്ന പൊതുവായ, അനിവാര്യമായ ചട്ടക്കൂടിനുള്ളിൽ കോടിക്കണക്കിനു വ്യത്യസ്തതകൾക്ക് സാദ്ധ്യതയുണ്ട്. മസ്തിഷ്കത്തിന്റെ ഘടന നേരത്തേ പറഞ്ഞ ആ നിമിഷവുമായി ബന്ധപ്പെട്ടാ യിരിക്കും രൂപം കൊള്ളുക. അതാണ് വ്യത്യസ്തതയുടെയും വൈവിദ്ധ്യത്തിന്റെയും സവിശേഷതയുടെയുമെല്ലാം അടിസ്ഥാനം. അതിൽ സ്ത്രീയുടെ പങ്ക് അപ്രധാനമാണ്. കാരണം, മാസത്തിൽ ഒരണ്ഡമാണ് അവരിലുണ്ടാകുന്നത്. പുരുഷന്റെ കാര്യം അങ്ങനെയല്ല. കാരണം, ഒരു ഇജെക്ഷനിൽ രണ്ടര-മൂന്നുലക്ഷം ബീജങ്ങളാണ് ഉണ്ടാകുന്നത്. സ്ത്രീയുടെയും പുരുഷന്റെയും ബീജകോശങ്ങൾ സംയോജിച്ചാണ് ഭ്രൂണകോശം രൂപംകൊള്ളുന്നത്. നമ്മുടെ സാധാരണ കോശങ്ങളിലെ ക്രോമസ ങ്ങളുടെ എണ്ണം നാല്പത്താറാണ്. മിയോട്ടിക് ഡിവിഷ (ക്രമാർദ്ധഭംഗം) നിലൂടെ ബീജകോശങ്ങളിലെ ക്രോമസങ്ങളുടെ എണ്ണം ഇരുപത്തിമൂന്ന് ആകുന്നുണ്ട്. ജൈവസ്വഭാവങ്ങളെയെല്ലാം നിയന്ത്രിക്കുന്നത് ക്രോമസങ്ങളിലുള്ള ജീനുകളാണ്. കോശവിഭജന സമയത്ത് ജീനുകൾ പലതരത്തിൽ സംയോജിക്കുന്നതിലൂടെ വൈവിദ്ധ്യമുണ്ടാകുന്നുണ്ട്. അപ്പോൾ അനിവാര്യമായ സിസ്റ്റത്തിനുള്ളിൽ വളരെയേറെ മാറ്റങ്ങൾക്കുള്ള യാദൃച്ഛികമായ സാദ്ധ്യതകൾ ഉൾക്കൊള്ളുന്നുണ്ട് എന്നർത്ഥം. അതിന്റെ സങ്കീർണ്ണത വർദ്ധിക്കുന്നതനുസരിച്ച് ജൈവലോകത്തിന്റെ ചലനാത്മകതയും വൈവിദ്ധ്യവും വർദ്ധിക്കുന്നു. അപ്പോൾ, പ്രകൃതിയുടെ വൈവിദ്ധ്യം എന്നുപറയുന്നത് അടിസ്ഥാനപരമായി ഈ യാദൃച്ഛികതയിൽ നിന്നാണുണ്ടാകുന്നത്. യാദൃച്ഛികതയാകട്ടെ പ്രകൃതിയുടെ അനന്തതയുമായി ബന്ധപ്പെട്ടതാണ്.

ഒരു കടൽത്തീരത്തുചെന്ന് തുല്യമായ രണ്ടു മണൽത്തരികൾ തെരഞ്ഞാൽ കിട്ടുകയില്ല. ഒരു പുളിമരത്തിലോ നെല്ലിമരത്തിലോ തെരഞ്ഞാലും ഒരേപോലുള്ള രണ്ടിലകൾ കിട്ടില്ല. പ്രകൃതിയുടെ അടിസ്ഥാന സ്വഭാവമാണത്. അതേസമയം നിങ്ങൾ ഫാക്ടറിയിൽ ഉണ്ടാക്കുന്ന സാധനം എല്ലാം ഒരേപോലെയായിരിക്കും.

ഫാക്ടറിയിലെ ഉത്പാദനം പൂർവ്വനിർണ്ണീതമായ ഒരു പ്രക്രിയായതു കൊണ്ടല്ലേ അങ്ങിനെ സംഭവിക്കുന്നത് ?

അതെ, പ്രകൃതിയാകട്ടെ ഒരിക്കലും പൂർവ്വനിർണ്ണീതമല്ല. കാരണം, പ്രകൃതിയിൽ യാദൃച്ഛികതയുടെ പ്രവർത്തനം അടിസ്ഥാനപരമായി നിലനിൽക്കുന്നുണ്ട്. അനന്തമായ സാദ്ധ്യതകളുടെ ഏറ്റുമുട്ടലുകൾ നടക്കുന്നുണ്ട്. അതേസമയം പ്രകൃതി അരാജകാവസ്ഥയിലുമല്ല; വളരെ സിസ്റ്റമാറ്റിക്കാണ്.

പ്രപഞ്ചത്തെ അജൈവലോകം, ജൈവലോകം, മാനസികലോകം എന്നിങ്ങനെ മൂന്നായി തിരിക്കാം. ഈ മൂന്നു ലോകത്തും യാദൃച്ഛികതയുടെ പങ്ക് വർദ്ധിച്ചുവരുന്നതനുസരിച്ച് ചലനാത്മകതയും വർദ്ധിക്കുന്നു. മാനസികലോകം എന്നുപറയുന്നത് ഭാഷയുടെ ലോകമാണ്. നമ്മുടെ ഭാഷയിൽ അമ്പത്തൊന്നക്ഷരമുണ്ട്; ഇംഗ്ലീഷിൽ ഇരുപത്താറും. ഓരോ ഭാഷയിലെയും അക്ഷരങ്ങളെയും വാക്കുകളെയും അനന്തമായ രീതിയിൽ കൂട്ടിച്ചേർക്കാം. അതാണ് നമ്മൾ ചെയ്യുന്നത്. ചില മസ്തിഷ്കങ്ങൾക്ക് അതിനു കൂടുതൽ കഴിയുന്നു. മറ്റു ചിലവയ്ക്ക് അതിനു കഴിയുന്നില്ല. അതിനു കാരണം മസ്തിഷ്കത്തിന്റെ ഘടന രൂപംകൊണ്ട സ്ഥിതിഗതികളുമായി ബന്ധപ്പെട്ട ഒന്നായിരിക്കാം.

ഭാഷ എന്ന അസംസ്കൃതവസ്തു പുറത്തുനിന്ന്, സമൂഹത്തിൽ നിന്ന് ലഭിക്കുന്നതാണ്. മസ്തിഷ്കത്തിന്റെ സവിശേഷ ഘടനയാകട്ടെ അയാളുടെ ജനിതകഘടനയിൽ നിന്നു രൂപംകൊള്ളുന്നതും. ഇതു രണ്ടിന്റെയും സവിശേഷരീതിയിലുള്ള കൂടിച്ചേരലാണ് മൗലികചിന്തയുടെ അടിസ്ഥാനം. ഏതെങ്കിലും ഒന്നുമാത്രമുണ്ടായിട്ട് കാര്യമില്ല.

മാർക്സിസ്റ്റുകൾ പൊതുവെ മനുഷ്യന്റെ ജൈവികവും മാനസികവുമായ തലങ്ങളെ പാടെ അവഗണിക്കുന്ന ഒരു സമീപനമാണല്ലോ പുലർത്തിയിരുന്നത് ?

അതെ. മാത്രമല്ല, ഈ സമീപനം സ്റ്റാലിന്റെ കാലത്ത് സോവിയറ്റ് യൂണിയനിൽ ജനിറ്റിക്സിനെ നിരോധിക്കുക എന്ന അസംബന്ധം വരെയെത്തി.

എല്ലാം സാഹചര്യങ്ങളാണ് നിർണ്ണയിക്കുന്നത് എന്നു തെളിയിക്കുന്നതിന് സ്റ്റാലിൻ ലൈസെൻകോവിനെ യൊക്കെ കൊണ്ടുവരുന്നത് അങ്ങനെയല്ലേ ?

പക്ഷെ, മാർക്സ് അങ്ങനെയൊരിക്കലും പറയുന്നില്ല. അതൊക്കെ സ്റ്റാലിന്റെ വളരെ യാന്ത്രികമായ കാഴ്ചപ്പാടാണ്.

ഫോയർബാഹിനെക്കുറിച്ചുള്ള തീസീസുകളിൽ, മനുഷ്യൻ സാഹചര്യങ്ങളുടെ സൃഷ്ടിമാത്രമാണെന്ന യാന്ത്രിക ധാരണയ്ക്ക് എതിരായി, സാഹചര്യങ്ങളുടെ സ്രഷ്ടാവും മനുഷ്യൻ തന്നെയാണെന്ന് മാർക്സ് ചൂണ്ടിക്കാണിക്കുന്നുണ്ട്. മാർക്സിസ്റ്റുകൾ പൊതുവെ സൈദ്ധാന്തികമായി മാർക്സിസത്തിന്റെ ഈ വശത്തെ അവഗണിക്കുകയല്ലേ ചെയ്തിട്ടുള്ളത് ?

അതെ. ഡിർവിന്റെ 'ഒറിജിൻ ഓഫ് സ്പിഷീസ്' പുറത്തു വരുന്നത് 1859-ൽ ആണ്. ഏതാണ്ട് അക്കാലത്തുതന്നെയാണ് മാർക്സ് 'മൂലധനം' എഴുതുന്നത്. ഡാർവിന്റെ പുസ്തകം വായിച്ച ഉടനെ മാർക്സ് ഏംഗൽസിന് ഒരു കത്തെഴുതുകയുണ്ടായി-നമ്മുടെ ഡയലറ്റിക്സ് തിയറിയുടെ ഏറ്റവും മനോഹരമായ വിശദീകരണമാണ് ഡാർവിന്റെ പുസ്തകം എന്നുപറഞ്ഞുകൊണ്ട്. ജീവശാസ്ത്രത്തിലെ ആ ചലനാത്മകതയെയാണ് അദ്ദേഹം ഉദ്ദേശിച്ചത്. ഒട്ടും യാന്ത്രികമല്ലാത്ത ഒരു വീക്ഷണം അവർക്കുണ്ടായിരുന്നു.

ചലനാത്മകമായ ആ വീക്ഷണം ഇല്ലാത്തതുകൊണ്ടാണ്, മാർക്സിസത്തിനു വിരുദ്ധമായ എന്തോ അപകടം പിടിച്ച ഒന്നാണെന്നു കരുതി സ്റ്റാലിൻ ജെനിറ്റിക്സിനെ നിരോധിച്ചത്. സോവിയറ്റ് യൂണിയനിൽ ജെനിറ്റിക്സ് പഠിപ്പിക്കാനൊന്നും പാടില്ലായിരുന്നു. ലൈസെൻകോ എന്ന സസ്യശാസ്ത്രജ്ഞനെക്കൊണ്ട് സൈബീരിയയിൽ കൃത്രിമമായ ചില ഗവേഷണങ്ങൾ നടത്തി എല്ലാം സാഹചര്യങ്ങളാണ് നിർണ്ണയിക്കുന്നത് എന്നു തെളിയിക്കാനായിരുന്നു സ്റ്റാലിൻ ശ്രമിച്ചത്. എം.എസ്.സി. കഴിഞ്ഞ് വിശ്വവിജ്ഞാനകോശത്തിലെ പണിയുമായി തിരുവനന്തപുരത്ത് താമസിക്കുന്ന സമയത്തുതന്നെ ഞാൻ ഈ നിലപാടിനെ തള്ളിക്കളഞ്ഞിട്ടുണ്ട്. സ്റ്റാലിൻ ചെയ്തത് അസംബന്ധമാണെന്ന് എനിക്കറിയാമായിരുന്നു. അക്കാര്യം ഞാൻ കമ്മ്യൂണിസ്റ്റ് സുഹൃത്തുക്കളോട് തുറന്നുപറഞ്ഞിട്ടു മുണ്ട്. ഇതു കേൾക്കുമ്പോൾ അവർക്കൊക്കെ ഭയങ്കര വിഷമമായിരുന്നു.

ബുദ്ധി, യുക്തിബോധം-ഇവയെല്ലാം തന്നെ മനുഷ്യൻ രണ്ടു കാലിൽ നിവർന്നുനടക്കാനും, കൈകൾ സ്വതന്ത്രമായി ഉപയോഗിക്കാനും തുടങ്ങിയതു മുതലാണ് ഉദ്ഭവിച്ചതെന്ന് ഏംഗൽസിന്റെ 'വാനരനിൽ നിന്ന് നരനിലേക്കുള്ള പരിണാമത്തിൽ അദ്ധ്വാനത്തിന്റെ പങ്ക്' എന്ന കൃതിയെ പിന്തുടർന്നുകൊണ്ട് ഇ.എം.എസിനെ പോലുള്ളവർ അഭിപ്രായ പ്പെട്ടിട്ടുണ്ട്? അത്ര ലളിതമാണോ കാര്യങ്ങൾ ? അവയ്ക്ക് ജൈവപരമായ ഒരടിത്തറയില്ലേ ?

ഉണ്ട്. ബുദ്ധി, യുക്തി തുടങ്ങിയവയുടെ ഉത്ഭവത്തിന് അങ്ങനെ യൊരു കൃത്യമായ അതിർത്തിയൊന്നും നിർണ്ണയിക്കാനാവി ല്ല. അത് വളരെ ലളിതവൽകൃതമായ ഒരഭിപ്രായം മാത്രമാണ്.

യഥാർത്ഥത്തിലവയുടെ ഏറ്റവും വലിയ വിച്ഛേദം (Break) നടക്കുന്നത് കൃത്യമായും നമ്മുടെ മസ്തിഷ്കത്തിന്റെ പരിണാ മവുമായി ബന്ധപ്പെട്ടാണ്. റഷ്യൻ ശാസ്ത്രജ്ഞനായ ഐ.പി. പാവ്‌ലോവിന്റെ ഒരു സിദ്ധാന്തമുണ്ട്; എല്ലാം കണ്ടീഷൻ ചെയ്യപ്പെടുന്നതാണെന്ന്. അതൊരു പ്രത്യേക സ്കൂളാണ്. ഫ്രോയിഡിന്റെ സ്കൂളുപോലെ. അതിൽ കുറെ ശരിയുണ്ട്. ഓരോരോ സാഹചര്യങ്ങൾക്കനുസരിച്ച് നമ്മുടെ മനസ്സ് ക്ര മീകരിക്കപ്പെടുന്നു. എല്ലാം തന്നെ കണ്ടീഷൻ ചെയ്യപ്പെടുന്നു. അങ്ങനെയൊരു കണ്ടീഷനിംഗ് പ്രക്രിയയ്ക്കുതന്നെ രണ്ടുതല ങ്ങളുണ്ട്. പാവ്‌ലോവാണതിനെ ഭംഗിയായി നിർവ്വചിച്ചത്. പ്രഥമ സിഗ്നൽ വ്യവസ്ഥയും ദ്വിതീയ സിഗ്നൽ വ്യവസ്ഥ യുമാണത്. മനുഷ്യർക്കും മറ്റു ജീവികൾക്കും പൊതുവായുള്ള ഇന്ദ്രിയബോധപരമായ പ്രവർത്തന വ്യവസ്ഥയാണ് പ്രഥമ സിഗ്നൽ വ്യവസ്ഥ. മനുഷ്യരല്ലാത്ത മറ്റു ജീവികൾക്ക് പ്രഥമ സിഗ്നൽ വ്യവസ്ഥ മാത്രമേയുള്ളൂ. പഞ്ചേന്ദ്രിയങ്ങളിലൂടെ പുറ ത്തുനിന്നും മസ്തിഷ്കത്തിലേക്ക് വരുന്ന ഇംപ്രഷനുകളെയും മുദ്രകളെയും രൂപങ്ങളെയുമെല്ലാം അതേപടി പകർത്തിവെയ്ക്കു കയാണ് അവ ചെയ്യുന്നത്. രൂപങ്ങളും മറ്റും അതേപടിയാണ് അവയുടെ മനസ്സിൽ നിൽക്കുന്നത്. മനുഷ്യനു മാത്രമാണ് ഇന്ദ്രി യങ്ങളിലൂടെ ലഭിക്കുന്ന വാർത്തകളെ വാക്കുകൾ ഉപയോ ഗിച്ച് വേറൊരു രൂപത്തിൽ, രണ്ടാമതായി കോഡു ചെയ്ത് ശേഖരിച്ചുവെയ്ക്കാൻ പറ്റുന്നത്. ഭാഷാപരമായ ഈ സിഗ്നൽ വ്യവസ്ഥയാണ് ദ്വിതീയ വ്യവസ്ഥ. ഒരു കൊച്ചുകുട്ടി ഒരു കാക്കയെ കാണുമ്പോൾ അമ്മ അതൊരു കാക്കയാണെന്നു പറഞ്ഞുകൊടുക്കുന്നു. അപ്പോൾ സംഭവിക്കുന്നത് കാക്കയുടെ രൂപം കണ്ണിൽക്കൂടി വരുന്നു; ചെവിയിലൂടെ കാക്ക എന്ന വാക്കും. പിന്നീട് ഈ വാക്കു കേൾക്കുമ്പോൾ രൂപം ഓർമ്മ വരുന്നു. അപ്പോൾ അവിടെ എന്താണ് സംഭവിക്കുന്നത് ? പ്രഥമ സിഗ്നൽ വ്യവസ്ഥയിൽ വന്നിട്ടുള്ള മുഴുവൻ രൂപങ്ങളും

വാക്കുകൾ മാത്രമായി കോഡു ചെയ്യപ്പെടുകയാണ്. പിന്നീട് ഈ വാക്കുകൾ ഉപയോഗിച്ച് ഈ ചിത്രങ്ങൾ മുഴുവനും പുനരുത്പാദിപ്പിക്കുന്നു. ചിന്തയും ആശയങ്ങളും സാദ്ധ്യമാക്കുന്നു. പ്രഥമ സിഗ്നൽ വ്യവസ്ഥയെ ദ്വിതീയ സിഗ്നൽ വ്യവസ്ഥയായി വികസിപ്പിക്കുകയാണ്. ഈ ദ്വിതീയ സിഗ്നൽ വ്യവസ്ഥയുടെ ലോകമാണ് മനുഷ്യന്റെ പ്രത്യേക മേഖല. അപ്പോൾ ഈ മേഖലയിലേക്കുള്ള പരിവർത്തനമാണ് നിർണ്ണായകം. അല്ലാതെ ഇ.എം.എസ്. പറയുന്നതൊന്നുമല്ല കാര്യം. ഈ പരിവർത്തനം വളരെ കാലംകൊണ്ട്, ലക്ഷക്കണക്കിനു വർഷങ്ങൾ നീണ്ടു കിടക്കുന്ന പരിണാമത്തിലൂടെയാണ് സംഭവിക്കുന്നത്. ആൾക്കുരങ്ങുകളിൽത്തന്നെ ഇതിന്റെ ഘടകങ്ങളുണ്ട്. അങ്ങനെ എളുപ്പത്തിലൊന്നും ഉണ്ടായ കാര്യമല്ല. ലക്ഷക്കണക്കിനു വർഷങ്ങളിലൂടെ, പലതരം സ്പീഷീസുകളിലൂടെ, കടന്നു പോയിട്ടാണ് മനുഷ്യന് ഈ കഴിവുകൾ ലഭിക്കുന്നത്. ആൾക്കുരങ്ങുകളിൽ പലതും ആയുധങ്ങൾ ഉപയോഗിക്കാൻ തുടങ്ങിയിട്ടുണ്ട്. പ്രാഥമികമായ ആശയങ്ങളുടെ രൂപീകരണവും അവയിലുണ്ട്. പൂച്ച, പട്ടി തുടങ്ങിയ സസ്തനികൾക്കൊക്കെ ഒട്ടേറെ ആശയങ്ങൾ രൂപീകരിക്കാൻ കഴിയുന്നുണ്ട്. പല രീതിയിലും അവ നമ്മളുമായി ആശയവിനിമയം നടത്തുന്നില്ലേ ? ഒരുതരം ഭാഷയുണ്ട് അവരുടെ ഇടയിൽ.

കൈകൾ സ്വതന്ത്രമായി ഉപയോഗിക്കാൻ തുടങ്ങിയതുകൊണ്ടല്ല ബുദ്ധിയും, യുക്തിബോധവുമൊക്കെ ഉണ്ടായത് എന്നർത്ഥം ?

അതെ, അങ്ങനെ ഒറ്റയടിക്ക് ഉണ്ടായ കാര്യമൊന്നുമല്ല അത്. ജനിതകപരമായ ഈ പരിണാമങ്ങൾ ഉണ്ടായതിൽ പിന്നീട് ഇതു രണ്ടും യോജിച്ചുകാണും. നമ്മൾ നേരത്തേ പറഞ്ഞപോലെ ഒരു പ്രക്രിയയിലൂടെ ഇവ തമ്മിൽ കൂടിച്ചേരുകയാണ്. വളരെ കാലങ്ങൾ നീണ്ട വൈരുദ്ധ്യാത്മകമായ ഒരു പ്രക്രിയയിലൂടെ അതു രൂപം കൊണ്ടുവരികയാണ് ചെയ്യുന്നത്. അതുകൊണ്ട്, മനുഷ്യനിൽ മാത്രമല്ല, അതിനു തൊട്ടുമുമ്പുള്ള ജീവികളിലും അതിന്റെ അംശങ്ങൾ പല തോതിലായി നിലനിൽക്കുന്നുണ്ട്. ദ്വിതീയ സിഗ്നൽ വ്യവസ്ഥയെക്കുറിച്ചുള്ള ധാരണയുടെ അടിസ്ഥാനത്തിലാണ് ഞാനിക്കാര്യം വിശകലനം ചെയ്യുന്നത്. ദ്വിതീയ സിഗ്നൽ വ്യവസ്ഥ ഭാഷയുടേതായ ഒരു മണ്ഡലമാണ്. അവിടെ യാദൃച്ഛികതയ്ക്ക് അനന്തമായ സാദ്ധ്യതകളാണുള്ളത്. അമ്പത്തൊന്ന് അക്ഷരങ്ങൾ ഉപയോഗിച്ചുകൊണ്ട് ലക്ഷക്കണക്കിനു വാക്കുകൾ നമുക്കുണ്ടാക്കാൻ കഴിയും. ആ വാക്കുകളെ പലതരത്തിൽ സംയോജിപ്പിച്ചുകൊണ്ട് പലതരത്തിലുള്ള ആശയങ്ങൾ രൂപീകരിക്കുവാനും നമുക്ക് കഴിയും. അതു മറ്റു മൃഗങ്ങൾക്ക്

കഴിയില്ല. അവയ്ക്ക് പ്രഥമ സിഗ്നൽ വ്യവസ്ഥ മാത്രമേയുള്ളൂ. നമുക്ക് കാര്യങ്ങളെ ഭാഷയിലേക്ക് കോഡ്ചെയ്യേണ്ടിയിരിക്കുന്നു.

മാർക്സിന്റെ കാലത്ത് ജനിതകശാസ്ത്രവും മനഃശ്ശാസ്ത്രവുമൊന്നും വികസിച്ചിരുന്നില്ല. അതായിരിക്കുമോ ഇത്തരം ലളിതവൽക്കരണങ്ങളിൽ എത്താൻ കാരണം ?

തീർച്ചയായും. പണ്ട് കമ്മ്യൂണിസ്റ്റുകാരുടെ ഇടയിൽ വലിയൊരു തെറ്റിദ്ധാരണയുണ്ടായിരുന്നു. മനുഷ്യരിൽ എല്ലാ കഴിവുകളും ഉണ്ട്, സാഹചര്യങ്ങൾ ഉണ്ടെങ്കിൽ അതു വികസിപ്പിച്ചെടുക്കാം, അങ്ങനെ ചെയ്യാൻ നമ്മൾ ബാദ്ധ്യസ്ഥരുമാണ് എന്ന തെറ്റിദ്ധാരണ. ഒരു കമ്മ്യൂണിസ്റ്റുനേതാവായ ഒരാൾ അതു ചെയ്തേ പറ്റൂ. ഇ.എം.എസ്സിനൊക്കെ അങ്ങനെയൊരു ധാരണയുണ്ടായിരുന്നു. അദ്ദേഹം സാഹിത്യനിരൂപണവും മറ്റും നടത്താറുണ്ടായിരുന്നല്ലോ. ഞാൻ അതൊന്നും ചെയ്യാറില്ല. എന്നോടു പലരും ഇക്കാര്യം ചോദിക്കാറുണ്ട്. കലാകൗമുദിയിൽ പ്രസിദ്ധീകരിച്ച ഇ.കരുണാകരനുമായുള്ള ഒരിന്റർവ്യൂവിൽ ഞാനതിനു മറുപടി പറഞ്ഞിട്ടുണ്ട്. എനിക്ക് അങ്ങനെയുള്ള തെറ്റിദ്ധാരണയൊന്നുമില്ല. എന്റെ ജനിതകപരമായ കഴിവുകളെക്കുറിച്ച് എനിക്കറിയാം. ഫിലോസഫിക്കലായ ഒരു മനസ്സാണ് എനിക്കുള്ളത്. അത് ജനിതകപരമായി എനിക്കു കിട്ടിയ താണ്. ചെറുപ്പം മുതലേ അങ്ങനെയാണ്. കൂടെ സയൻസിനോടുള്ള താല്പര്യവും. ചിത്രകലയിലും താല്പര്യമുണ്ടെനിക്ക്. അത്യാവശ്യം പെയിന്റിംഗുകളൊക്കെ ചെയ്യാറുണ്ടായിരുന്നു. അതേസമയം സംഗീതം ആസ്വദിക്കാനുള്ള കഴിവ് വളരെ പരിമിതമാണ്. പാടാനാകട്ടെ ഒട്ടും കഴിയില്ല. കവിത തീർത്തുമില്ല.

റാഷണൽ മൈൻഡ് ആയതുകൊണ്ടാണോ അത് ?

അങ്ങനെ പറയാൻ പറ്റില്ല. റാഷണൽ മൈൻഡ് ഉള്ളവർക്കും കവിതയുണ്ടാകാം. അത് ഞാൻ നേരത്തേ പറഞ്ഞ വളരെ യാദൃച്ഛികമായുണ്ടാകുന്ന സംയോജനങ്ങളിൽ നിന്നുണ്ടാകുന്ന പ്രശ്നമാണ്. ഈ പറഞ്ഞ രണ്ടിനും, യുക്തിപരമായ മനസ്സിനും കവിതാരാഹിത്യത്തിനും തമ്മിൽ അങ്ങനെ കാര്യകാരണ ബന്ധമൊന്നുമില്ല. ഒരു കഴിവുള്ളവന് വേറൊരു കഴിവില്ലാതിരിക്കാം. ഏതുതരത്തിലുള്ള കോംബിനേഷനും ഉണ്ടാകാം. അങ്ങനെയുള്ള കോംബിനേഷനുകളാണ് ഓരോ മനുഷ്യനും. എനിക്ക് ഒരു സംഗീതജ്ഞനോ സംഗീതാസ്വാദകനോ ആകാൻ വളരെ പരിമിതികളുണ്ട്. പാടാനൊട്ടും കഴിയില്ല. ആസ്വദിക്കുക എന്നത് കുറച്ചൊക്കെ

കഴിയുമായിരിക്കും. പരിശീലനത്തിലൂടെ അതു കുറച്ചൊക്കെ വികസിപ്പിക്കാനും പറ്റും. പക്ഷെ ഒരിക്കലും അതിന്റെ പൂർണ്ണതയിലേക്ക് വരില്ല. ഈ പരിമിതി ജെനിറ്റിക്സിനെ അംഗീകരിക്കുന്നവർക്ക് മനസ്സിലാക്കാൻ പറ്റും. ഇ.എം.എസ്സും കൂട്ടരും ജെനിറ്റിക്സിനെ തള്ളിക്കളയുകവഴി ഗതികേടിൽ ചെന്നുപെടുകയാണ് ചെയ്തത്. അതുകൊണ്ടാണ് സാഹിത്യ സൃഷ്ടികൾ നിരൂപണം ചെയ്യാനും വിലയിരുത്താനുമൊക്കെയുള്ള സാഹസങ്ങളിലേയ്ക്ക് പോകുന്നത്.

ജീനോം എന്നുപറയുന്നത് നമ്മളിലൊക്കെയുണ്ട്. അതിൽ വലിയൊരു ഭാഗം ഡോർമെന്റ് (Dormant) ആണ്. ഇതിന്റെ അടിസ്ഥാനത്തിൽ ചിലർ ഒരു വാദമുഖം കൊണ്ടുവരാറുണ്ട്-പല കഴിവുകളും മനുഷ്യനിൽ ഉറങ്ങിക്കിടക്കുന്നുണ്ട് എന്ന്. ഉറങ്ങിക്കിടക്കുന്നുണ്ട് എന്നൊന്നും ശാസ്ത്രീയമായി പറയാനാവില്ല. ഒരുതരം പ്രോട്ടീൻ ബൈൻഡിംഗ് കൊണ്ട്, ചങ്ങലക്കെട്ടുകൾ പോലെ പൊതിഞ്ഞുവെച്ചിരിക്കുകയാണ്. അനക്കാൻ പറ്റില്ല. അതൊരു ഘടനയാണ്. ഒരു കഴിവിന്റെ അടിസ്ഥാനമായ ഒരു ജീൻ ഒരാളിൽ ഡോർമന്റായി കിടക്കുന്നുണ്ട് എന്നതിന്റെ അടിസ്ഥാനത്തിൽ അയാൾക്ക് ആ കഴിവുണ്ട് എന്നു പറയുന്നതിൽ ഒരർത്ഥവുമില്ല. കഴിവല്ല അത്. ആ ജീൻ അവിടെയുണ്ടെങ്കിലും അതു പൂർണ്ണമായും നിഷ്ക്രിയമാണ്. നിഷ്ക്രിയമാകുമ്പോൾ ആ സാദ്ധ്യത ഒരിക്കലും വികസിക്കില്ല. ഇനി ഭാവിയിൽ ആ പ്രോട്ടീൻ ബൈൻഡിംഗ് മുഴുവൻ മാറ്റിയെടുക്കാനുള്ള വല്ല സാദ്ധ്യതകളും ഉണ്ടായിക്കൂടെന്നില്ല-ജനിതക എഞ്ചിനീയറിംഗിലൂടെ. അല്ലാതെ ഇപ്പോഴത്തെ നിലയിൽ ആ കഴിവുകൾ ഉണ്ടെന്നു പറയുന്നതിൽ അർത്ഥമില്ല.

പ്രകൃതിയുടെ വൈരുദ്ധ്യാത്മകത

വൈരുദ്ധ്യവാദം അശാസ്ത്രീയമാണെന്ന അഭിപ്രായം മാർക്സിസ്റ്റുകളല്ലാത്ത ഭൗതികവാദികൾക്കുണ്ട്. ഏംഗൽസ് ആന്റി-ഡ്യൂറിംഗിലും, ഡയലറ്റിക്സ് ഓഫ് നേച്ചറിലും വൈരുദ്ധ്യവാദത്തെ സ്ഥാപിക്കുന്നതിനായി വിവിധ ശാസ്ത്രശാഖകളിൽ നിന്ന് ഉദാഹരണങ്ങൾ നിരത്തുന്നുണ്ട്. അവയിൽ പലതും ശാസ്ത്രീയമല്ല എന്ന അഭിപ്രായമാണ് അവർക്കുള്ളത്. തന്റെ സിദ്ധാന്തത്തിന് അനുയോജ്യമാണെന്നു തോന്നുന്ന ഉദാഹരണങ്ങൾ മാത്രമാണ് ഏംഗൽസ് അവതരിപ്പിക്കുന്നത്. ആ നിലയ്ക്ക് വൈരുദ്ധ്യവാദത്തെ ശാസ്ത്രീയമെന്നു പറയാനാവുമോ ?

വൈരുദ്ധ്യദർശനം വളരെ പ്രാഥമികമായ ഘട്ടത്തിലേ എത്തിയിട്ടുള്ളൂ. അത് ഇപ്പോഴും ശൈശവദശയിൽ ത്തന്നെയാണ് എന്ന് ഞാനൊരിടത്ത് എഴുതിയിട്ടുണ്ട്. ഏംഗൽസിന്റേത് തികച്ചും അപര്യാപ്തമായ ഒരു പ്രാരംഭശ്രമം മാത്രമാണ്. അതുകൊണ്ടുതന്നെ അതേക്കുറിച്ച് എനിക്ക് വലിയ അഭിപ്രായമൊന്നുമില്ല.

എന്നാൽ മനുഷ്യന്റെ അന്വേഷണത്തെയും വിജ്ഞാനത്തെയും ആനുഭവികശാസ്ത്രത്തിന്റെ തലത്തിൽമാത്രം ഒതുക്കി നിർത്താനാവില്ല. വൈരുദ്ധ്യദർശനം കൈകാര്യം ചെയ്യുന്നത് പ്രാപഞ്ചികവും സാർവ്വത്രികവുമായ നിയമങ്ങളുമായി ബന്ധപ്പെട്ട മേഖലകളെയാണ്. അത്തരം യൂണിവേഴ്സലായ കാര്യങ്ങളെയൊന്നും പ്രായോഗികതലത്തിൽ തെളിയിക്കാനാവില്ല. ആ അർത്ഥത്തിൽ അവയെല്ലാം അശാസ്ത്രീയവും മെറ്റാഫിസിക്കലുമായ നിഗമനങ്ങളാണ്.

എങ്കിലും ആധുനികശാസ്ത്രം ഉന്നയിക്കുന്ന പ്രശ്നങ്ങളെ യുക്തിസഹമായി വിശദീകരിക്കാൻ വൈരുദ്ധ്യാത്മക ദർശനത്തിനു മാത്രമേ കഴിയൂ എന്നാണ് എന്റെ അഭിപ്രായം. സയൻസിന്റെ പുതിയ പ്രശ്നങ്ങൾ ഉയർന്നുവരുമ്പോൾ അതിനെ നേരിടാൻ വൈരുദ്ധ്യവാദത്തിനു എത്രത്തോളം കഴിയുമെന്നറിയില്ല.

കുറെക്കൂടി സങ്കീർണ്ണമായ രീതിയിലേക്ക് കാര്യങ്ങൾ പോകുമ്പോൾ ഇപ്പോൾ പറയുന്ന വൈരുദ്ധ്യവാദതത്വങ്ങൾ തള്ളപ്പെട്ടുപോയേക്കാം.

മാർക്സിസ്റ്റുകൾക്കിടയിൽത്തന്നെ വൈരുദ്ധ്യവാദത്തിന്റെ അടിസ്ഥാന നിയമങ്ങളെപ്പറ്റി വ്യത്യസ്ത അഭിപ്രായങ്ങളാണല്ലോ ഉള്ളത്. ഏംഗൽസിന്റെ നിർവ്വചനപ്രകാരം മൂന്നു നിയമങ്ങളാ ണുള്ളത്. അളവു ഗുണമായും ഗുണം അളവായും മാറുന്ന നിയമം, വിപരീതങ്ങളുടെ പരസ്പര നുഴഞ്ഞുകയറ്റം, നിഷേധത്തിന്റെ നിഷേധം, എന്നിവ. ഏംഗൽസിന്റെ അഭിപ്രായത്തിൽ നിഷേധത്തിന്റെ നിഷേധമാണ് പ്രധാനം. സ്റ്റാലിനാകട്ടെ നിഷേധത്തിന്റെ നിഷേധത്തെ അംഗീകരിച്ചില്ല. മാവോയും നിഷേധത്തിന്റെ നിഷേധത്തെ നിരാകരിക്കുകയും, വിപരീതങ്ങളുടെ പരസ്പര നുഴഞ്ഞുകയറ്റം എന്ന നിയമത്തെ മാത്രം അംഗീകരിക്കുകയും ചെയ്തു. അടിസ്ഥാനനിയമങ്ങളുടെ കാര്യത്തിൽത്തന്നെ വ്യക്തതയില്ലാത്ത ഒരു സിദ്ധാന്തത്തെ എങ്ങനെ ആശ്രയിക്കാനാവും ?

അതിൽ ഞാൻ വലിയൊരു പരിധിവരെ മാവോയുടെ കാഴ്ചപ്പാടിനോടാണ് യോജിക്കുന്നത്. ഏംഗൽസൊക്കെ ഒരുഘട്ടത്തിൽ, വളരെ പ്രിമിറ്റീവ് ആയ തലത്തിൽ മൂന്നു നിയമങ്ങൾ എന്നൊക്കെ പറഞ്ഞ് നിർവ്വചിക്കാനാണ് ശ്രമിച്ചത്. വിപരീതങ്ങൾ തമ്മിലുള്ള വൈരുദ്ധ്യാത്മക ബന്ധത്തിന്റെ സങ്കീർണ്ണതകൾ ഉൾക്കൊണ്ട് അതിന് ശരിയായ ഒരു നിർവ്വചനം നൽകിയത് ലെനിനാണ്. പരസ്പരാശ്രിതവും പരസ്പരം മാറാൻ കഴിയുന്നതുമായ വൈരുദ്ധ്യങ്ങളുടെ പ്രതിപ്രവർത്തനമാണ് വൈരുദ്ധ്യാത്മകതയുടെ കാതൽ. വൈരുദ്ധ്യം എന്നത് കേവലമായ പരസ്പര വിരുദ്ധതയല്ല. മറ്റുള്ളവയെല്ലാം അതിന്റെ ഉപോൽപ്പന്നങ്ങളാണ്. ഈ നിർവ്വചനം വരുന്നത് ലെനിന്റെ 'ഫിലോസഫിക്കൽ നോട്ട്ബുക്ക്സി' ലാണ്. 1914-ൽ ഹേഗലിന്റെ കൃതികൾ വായിച്ചപ്പോൾ, ലെനിൻ അതേക്കുറിച്ച് എഴുതിവെച്ച കുറെ കുറിപ്പുകളാണ് പിന്നീട് ദാർശനിക നോട്ടുപുസ്തകങ്ങൾ എന്ന പേരിൽ പ്രസിദ്ധമായത്. ലെനിന്റെ സമാഹൃത കൃതികളുടെ 38-ാം വാല്യം മുഴുവൻ അതാണ്. അതുവരെ വൈകിയാണ് റഷ്യയിൽത്തന്നെ പ്രസിദ്ധീകരിക്കുന്നത്. സ്റ്റാലിൻതന്നെ അത് ശരിക്കു മനസ്സിലാക്കിയിട്ടില്ല. സ്റ്റാലിന്റെ കൃതികളിലൊന്നും ലെനിന്റെ ആ കാഴ്ചപ്പാട് കാണാനാവില്ല. ബ്രിട്ടീഷ് കമ്മ്യൂണിസ്റ്റുകൾ അതൊന്നും ചർച്ച ചെയ്യുന്നതേയില്ല. ഇന്ത്യൻ കമ്മ്യൂണിസ്റ്റുകൾക്ക് അതേക്കുറിച്ച് അറിയുകപോലുമില്ല. ഇന്ത്യയിലെ കമ്മ്യൂണിസ്റ്റുകാരുടെ മുമ്പിലുണ്ടായിരുന്നത് ബ്രിട്ടീഷ് ഫിലോസഫറായ മോറീസ് കോൺഫോർത്തിന്റെ പാഠപുസ്തകം പോലുള്ള കുറെ പുസ്തകങ്ങളായിരുന്നു. ഇദ്ദേഹത്തിന്റെ കൃതികളുടെ മൂന്നു വാല്യങ്ങൾ

ദേശാഭിമാനി ബുക്ക് ഹൗസിനുവേണ്ടി തർജ്ജമ ചെയ്യാൻ പണ്ട് പി. ഗോവിന്ദപിള്ള എന്നെ ഏൽപ്പിച്ചിരുന്നു. വാസ്തവത്തിൽ അടിസ്ഥാനതത്വങ്ങൾ ഞാനും പഠിക്കുന്നത് അങ്ങനെയാണ്. വൈരുദ്ധ്യവാദത്തെക്കുറിച്ച് വളരെ പ്രിമിറ്റീവ് ആയ, യാന്ത്രികമായ ഒരു വ്യാഖ്യാനമാണ് കോൺഫോർത്തിന്റേത്. ഇന്ത്യയിലെ കമ്മ്യൂണിസ്റ്റുകാർ മുഴുവൻ പഠിച്ചിട്ടുള്ളത് അതുമാത്രമാണ്. ലെനിന്റെ നിർവ്വചനമൊന്നും അവരുടെ ചർച്ചയിൽ കടന്നുവരുന്നേയില്ല. ലെനിന്റെ ആ പോയിന്റിനെ വികസിപ്പിക്കാൻ ശ്രമിച്ചത് മാവോ മാത്രമാണ്.

വൈരുദ്ധ്യവാദം ഒരു ഭാഷയാണെന്ന ഒരു വാദഗതിയുണ്ടല്ലോ ? ഉദാഹരണത്തിനു, മാർക്സിന്റെ തന്നെ ആശയങ്ങളെ വൈരുദ്ധ്യവാദത്തിന്റേതല്ലാത്ത പദാവലിയിൽ മാറ്റിയെഴുതാമെന്ന് ഡേവിഡ് ഹിലെൽ-റൂബനെപ്പോലുള്ളവർ ചൂണ്ടിക്കാണിച്ചിട്ടുണ്ട്. ആ നിലയ്ക്ക് വൈരുദ്ധ്യവാദം പോലുള്ള സന്ദിഗ്ധമായ ഒരു സിദ്ധാന്തത്തെ ആശ്രയിക്കേണ്ട ആവശ്യമുണ്ടോ ?

അങ്ങനെയൊരു വാദമുണ്ട്. എനിക്ക് അതിനോടുള്ള വിയോജിപ്പ് എന്താണെന്നുവെച്ചാൽ ആധുനികശാസ്ത്രം നേരിടുന്ന ചില അടിസ്ഥാന പ്രശ്നങ്ങളുണ്ട്. ക്വാണ്ടം ബലതന്ത്രവും ആപേക്ഷികസിദ്ധാന്തവും സൃഷ്ടിച്ചിട്ടുള്ള വലിയൊരു ശൂന്യതയാണ് അതിൽ പ്രധാനം. പത്തൊമ്പതാം നൂറ്റാണ്ടിലെ ലോകവീക്ഷണത്തിന്റെ അടിസ്ഥാനം പൂർണ്ണമായും ന്യൂട്ടോണിയൻ ബലതന്ത്രമായിരുന്നു. ന്യൂട്ടോണിയൻ ചലനനിയങ്ങളുപയോഗിച്ച് പ്രപഞ്ചത്തിലെ മുഴുവൻ കണികകളുടെയും ചലന സാദ്ധ്യതകൾ മുൻകൂട്ടി പ്രവചിക്കാൻ കഴിയും എന്നായിരുന്നു അന്നത്തെ ധാരണ. നെപ്പോളിയന്റെ കാലത്തു ജീവിച്ചിരുന്ന ഫ്രഞ്ചു ഗണിതജ്ഞനായ ലാപ്ലേസാണ് ഈ നിർണ്ണയവാദത്തിന്റെ ഉപജ്ഞാതാവ്.

എല്ലാ കണികകളുടെയും ചലനം പ്രവചിക്കാൻ കഴിയും എന്നതിന്റെ അർത്ഥം എല്ലാം പൂർവ്വനിർണ്ണിതമാണ് (Pre-determined) എന്നല്ലേ ?

അതെ. എല്ലാം നിർണ്ണയിക്കപ്പെട്ടതാണ്. ഒരു ക്ലോക്ക്‌വൈസായ രീതിയിൽ എല്ലാം ചലിച്ചുകൊണ്ടിരിക്കുക യാണ്. പ്രപഞ്ചം കൃത്യമായ രീതീയിൽ, യന്ത്രം കണക്കെ ചലിച്ചുകൊണ്ടിരിക്കുന്നു എന്നാണ് നിർണ്ണയവാദികളുടെ ധാരണ. അവിടെ ദൈവത്തിനൊന്നും സ്ഥാനമില്ല. ഒരുതരം വിധിവിശ്വാസപരമായ ലോകവീക്ഷണമാണ് നിർണ്ണയവാദത്തിൽ നിന്ന് രൂപംകൊണ്ടത്. എന്നാൽ ഇരുപതാം നൂറ്റാണ്ടിന്റെ തുടക്കത്തിൽ ക്വാണ്ടം ബലതന്ത്രത്തിന്റെ വരവോടുകൂടി എല്ലാം പൂർവ്വനിർണ്ണീതമാണ് എന്ന ധാരണയ്ക്ക് കനത്ത

പ്രഹരമേറ്റു. അതോടെ പ്രപഞ്ചത്തെ ഭരിക്കുന്നത് അനിശ്ചിതത്വവും യാദൃച്ഛികതയും ആണെന്നുവന്നു.

ഒരു കണികയുടെ സ്ഥാനവും പ്രവേഗവും ഒരുമിച്ച് നിർണ്ണയിക്കാൻ കഴിയില്ല എന്നതാണല്ലോ ഹൈസൻബെർഗിന്റെ അനിശ്ചിതത്വ സിദ്ധാന്തത്തിന്റെ കാതൽ. യഥാർത്ഥത്തിൽ പ്രപഞ്ചത്തിൽ അനിശ്ചിതത്വം നിലനിൽക്കുന്നുണ്ടോ ? നിലവിലുള്ള നിരീക്ഷണോപകരണങ്ങളുടെ പരിമിതിയെ അല്ലേ അതു സൂചിപ്പിക്കുന്നത് ?

അനിശ്ചിതത്വം എന്നത് മെക്കാനിക്കലായ ഒരു പ്രശ്നമാണ്, അതിനുള്ള സംവിധാനങ്ങൾ ഉണ്ടാകുമ്പോൾ പരിഹരിക്കാവുന്ന പ്രശ്നമാണ് എന്ന ഒരു വാദമുണ്ട്. എന്നാൽ അതിൽ മാത്രമൊതുങ്ങുന്ന ഒന്നല്ല അതെന്ന നിഗമനത്തിലാണ് ഞാനെത്തിയിട്ടുള്ളത്. കാരണം അനന്തത (infinity) യുമായി ബന്ധപ്പെട്ടതാണ് യാദൃച്ഛികത (chance) ടെ പ്രശ്നം. അനിവാര്യതയും യാദൃച്ഛികതയുമായി ബന്ധപ്പെട്ട ഈ പ്രശ്നത്തെ ഞാനന്ന് സ്വന്തമായ രീതീയിൽ പരിഹരിക്കുകയുണ്ടായി. എല്ലാം ക്രമരഹിതാവസ്ഥ (chaotic state) യിലാണെന്ന ഒരു ധാരണയാണ് എഡിംഗ്ടൺ, ജെയിംസ്ജീൻസ് തുടങ്ങിയവരൊക്കെക്കൂടി ഉണ്ടാക്കിക്കൊണ്ടുവന്നതാണ്. ആ അടിസ്ഥാനത്തിൽ ഭൗതികവാദം മുഴുവൻ തകർന്നുപോയി എന്ന വാദവും ശക്തിപ്പെട്ടുവന്നു. പ്രപഞ്ചത്തിൽ എല്ലാം അനിശ്ചിതത്വത്തിലും അരാജകാവസ്ഥയിലുമാണെന്ന ചിന്താഗതിക്ക് അടുത്ത കാലത്തായി മാറ്റം വന്നിട്ടുണ്ട്. പ്രകൃതി കുറച്ചുകൂടി സന്തുലിതമാണെന്ന യാഥാർത്ഥ്യം ശാസ്ത്രജ്ഞന്മാർക്ക് അംഗീകരിക്കേണ്ടിവന്നു. അങ്ങനെയാണ് ഇലിയ പ്രിഗോഗിന്റെ 'ക്രമരഹിതാവസ്ഥയിൽ നിന്നുള്ള ക്രമം' (order out of chaos) പോലുള്ള പുസ്തകങ്ങൾ വരുന്നത്. എങ്കിലും അദ്ദേഹത്തിനു ക്രമരാഹിത്യവും ക്രമവും തമ്മിലുള്ള ബന്ധം സൈദ്ധാന്തികമായി സ്ഥാപിക്കാൻ കഴിയുന്നില്ല എന്നതാണ് വസ്തുത. പ്രിഗോഗിന്റെയൊക്കെ നിലപാട് ഒരുതരം ആശയക്കുഴപ്പമാണ് ജനിപ്പിക്കുന്നത്. അനിവാര്യതയും യാദൃച്ഛികതയും തമ്മിലുള്ള വൈരുദ്ധ്യാത്മകബന്ധം അവർക്ക് കാണാൻ കഴിയാത്തതാണ് അതിനു കാരണം. അവിടെയാണ് വൈരുദ്ധ്യാത്മകരീതിയുടെ പ്രസക്തി.

പ്രപഞ്ചം നിയമനിബദ്ധമായ ഒരു സംവിധാനം (A law governed System) അല്ലേ ? പ്രപഞ്ചപ്രക്രിയകളെല്ലാം കാര്യകാരണബന്ധങ്ങളുടെ അടിസ്ഥാനത്തിലല്ലേ നടക്കുന്നത് ?

അതെ. പ്രകൃതിയിലെ മുഴുവൻ കാര്യങ്ങൾക്കും കാര്യകാരണബന്ധമുണ്ട്. ഓരോന്നിനും നിശ്ചിതമായ കാരണമുണ്ട്. പക്ഷേ

അവയെല്ലാം പരസ്പരം ബന്ധിപ്പിക്കുന്നിടത്ത് അനന്തമായ സാദ്ധ്യതകൾ വരുന്നു. ആ സാദ്ധ്യതകളിലാണ് യാദൃച്ഛികതയ്ക്ക് സ്ഥാനമുള്ളത്. അവിടെ നമ്മുടെ പഴയ ആളുകൾ ദൈവം എന്ന സങ്കല്പത്തിലൂടെ യാദൃച്ഛികതയെ വ്യാഖ്യാനിക്കാൻ ശ്രമിക്കും. ദൈവത്തിൽ വിശ്വസിക്കാത്ത ഒരാളെ സംബന്ധിച്ചിടത്തോളം അതൊരു പരിഹാരമാവില്ല. വിപ്ലവത്തിന്റെ ദാർശനിക പ്രശ്നങ്ങളിൽ ഈ പ്രശ്നം ഞാൻ വിശകലനം ചെയ്തിട്ടുണ്ട്.

വളരെ പേഴ്സണലായ ഒരു അനുഭവത്തിൽ നിന്നാണ് ഞാൻ ഈ പ്രശ്നത്തെക്കുറിച്ച് ചിന്തിക്കാൻ തുടങ്ങുന്നത്. അടിയന്തിരാവസ്ഥകാലത്ത് ഒളിവിൽ പ്രവർത്തിക്കുകയായിരുന്നു ഞാൻ. ഞങ്ങളുടെ ഒരു സഖാവായിരുന്ന അങ്ങാടിപ്പുറം ബാലകൃഷ്ണനെ കാണാൻ പോവുകയായിരുന്നു. ബാലകൃഷ്ണന്റെ മരണത്തെക്കുറിച്ചൊക്കെ അറിയാമല്ലോ. അദ്ദേഹം അന്ന് പെരിന്തൽമണ്ണ താലൂക്ക് ഓഫീസിൽ ചെയിൻമാനായി രുന്നു. ബീഡി തൊഴിലാളികളുടെ ഒരു സഹകരണസംഘമൊക്കെ രൂപീകരിച്ചിട്ടുണ്ടായിരുന്നു. ബാലകൃഷ്ണന്റെ വീട്ടിലേയ്ക്ക് രണ്ടു വഴികളുണ്ട്. പാടത്തിന്റെ നടുവിൽക്കൂടിയുള്ള വഴിയും ഒരിടവഴിയും. പ്രത്യേകിച്ച് ഒരു കാരണവുമില്ലാതെ ഞാൻ തെരഞ്ഞെടുത്തത് പാടത്തു കൂടിയുള്ള വഴിയാണ്. ഞാൻ പാടത്തുകൂടി നടക്കുമ്പോൾ ബാലകൃഷ്ണന്റെ വീടിനുചുറ്റും സെർച്ചലൈറ്റുകൾ കാണാനായി. വീട് പോലീസ് വലയത്തിലാണെന്ന് എനിക്ക് ബോദ്ധ്യമായി. മറ്റേ ഇടവഴിയിൽ നിറയെ പോലീസുകാരായിരുന്നു. ഞാൻ ഉടനെ തിരിച്ചുനടന്നു. മറ്റേ വഴിയിൽക്കൂടിയായിരുന്നു പോയിരുന്നതെങ്കിൽ തീർച്ചയായും പോലീസിന്റെ കൈയിൽ അകപ്പെട്ടുമായിരുന്നു. അങ്ങനെ തലനാരിഴയുടെ വ്യത്യാസത്തിൽ രക്ഷപ്പെട്ട കുറെ സംഭവങ്ങളുണ്ട്.

വൈരുദ്ധ്യാത്മക ഭൗതികവാദികളല്ലാത്ത ഭൗതികവാദികളും യാദൃച്ഛികതയെ അംഗീകരിക്കുന്നുണ്ടല്ലോ. പരസ്പരബന്ധമില്ലാത്ത, എന്നാൽ കാര്യകാരണബന്ധത്താൽ നിയന്ത്രിതമായ രണ്ടു സംഭവശൃംഖലകൾ പ്രത്യേകിച്ച് ഒരു കാരണവുമില്ലാതെ സംയോജിക്കുമ്പോഴാണ് യാദൃച്ഛികത ഉണ്ടാകുന്നതെന്ന് അവർ ചൂണ്ടിക്കാണിക്കുന്നു. അനിവാര്യതയും യാദൃച്ഛികതയും തമ്മിലുള്ള ബന്ധത്തെ വിശദമാക്കുന്ന പല ഉദാഹരണങ്ങളും അവരുടെ ഗ്രന്ഥങ്ങളിൽ കണ്ടിട്ടുണ്ട്.

'വിപ്ലവത്തിന്റെ ദാർശനിക പ്രശ്നങ്ങൾ' എന്ന കൃതിയിൽ ഞാൻ ചൂണ്ടിക്കാണിക്കുന്നത് വേറൊരു സംഭവമായിരുന്നു. ഒരു ട്രെയിൻ യാത്രയ്ക്കായി ഞാൻ പോവുകയായിരുന്നു. ടിക്കറ്റ് നേരത്തേതന്നെ റിസർവ് ചെയ്തിട്ടുണ്ടായിരുന്നു.

റെയിൽവേ സ്റ്റേഷനിലേക്ക് പോകുന്ന വഴിക്ക് ഒരു ചെറിയ ആക്സിഡന്റ് പറ്റി. സമയത്ത് എത്തിച്ചേരാൻ കഴിഞ്ഞില്ല. എത്തുമ്പോഴേക്കും ട്രെയിൻ പോയിക്കഴിഞ്ഞിരുന്നു. മണിക്കൂറുകൾക്കുശേഷം ആ ട്രെയിൻ അപകടത്തിൽപ്പെട്ടതായി വിവരം കിട്ടി. ഞാൻ റിസർവ്വുചെയ്തിരുന്ന ബോഗിയൊക്കെ തകർന്നു തരിപ്പണ മായിരുന്നു. മുമ്പുണ്ടായ സംഭവവും ഇതും തമ്മിൽ യാതൊരു ബന്ധവുമില്ല. എന്നാൽ ബന്ധമില്ലാത്ത രണ്ടു സംഭവങ്ങൾ തമ്മിൽ വേറൊരു രീതിയിലുള്ള ബന്ധം ഉണ്ടാകുകയും ചെയ്യുന്നു. അതുകൊണ്ടു മാത്രമാണ് ഞാൻ രക്ഷപ്പെട്ടത്. ആ ബന്ധം ഉണ്ടാക്കിയത് ദൈവമാണെന്ന് വിശ്വാസികൾക്ക് പറയാം; അല്ലാത്തവർക്ക് യാദൃച്ഛികത എന്നും.

അപ്പോൾ യാദൃച്ഛികതയെന്നത് സംഭവങ്ങൾക്ക് കാര്യകാരണ ബന്ധമില്ലായ്മയോ, കാര്യകാരണബന്ധം അറിയാത്തതുകൊണ്ടുള്ള പ്രശ്നമോ ഒന്നുമല്ല. ഓരോന്നിനും അവയുടെതായ കാര്യകാരണബന്ധമുള്ളതും എന്നാൽ പരസ്പരബന്ധമില്ലാത്തതുമായ രണ്ടു സംഭവങ്ങൾ സന്ധിക്കുന്നതാണ് യാദൃച്ഛികത.

യാദൃച്ഛികതയും സ്വാതന്ത്ര്യവും തമ്മിലുള്ള ബന്ധമെന്താണ്?

എന്റെ അടിസ്ഥാനപരമായ അന്വേഷണങ്ങളെക്കുറിച്ച് ആദ്യം പറഞ്ഞുവല്ലോ. ഞാനീ യാദൃച്ഛികതയെക്കുറി ച്ചുള്ള കാഴ്ചപ്പാടിലേക്ക് എത്തിച്ചേരുന്നത് സ്വാതന്ത്ര്യത്തെക്കുറിച്ചുള്ള ചിന്തകളിൽ നിന്നാണ്. ഇതുമായി ബന്ധപ്പെട്ട് ഞാൻ അതിനു നല്ലൊരു ഉത്തരം കണ്ടെത്തുന്നുണ്ട്. അതായത്, അനിവാര്യതയുടെ അംഗീകരണമാണ് സ്വാതന്ത്ര്യം എന്ന ഏംഗൽസിന്റെ നിലപാടിനു പകരം, മാവോ പറഞ്ഞതുപോലെ അനിവാര്യതയെ മാറ്റിത്തീർക്കലാണ് സ്വാതന്ത്ര്യം എന്നുപറയാം. അപ്പോൾ അനിവാര്യതയെ എങ്ങനെ മാറ്റിത്തീർക്കാം എന്ന ചോദ്യം വരുന്നു. അനിവാര്യതയും യാദൃച്ഛികതയും തമ്മിലുള്ള വൈരുദ്ധ്യാത്മകമായ പ്രതിപ്രവർത്തനത്തിലൂടെ അനിവാര്യത നിരന്തരം മാറ്റപ്പെട്ടുകൊണ്ടിരിക്കുന്നു. പക്ഷെ, ഇതിനെ സ്വാതന്ത്ര്യവുമായിട്ട് എങ്ങനെ ബന്ധിപ്പിക്കാം എന്നുള്ളതാണ് ചോദ്യം. നിങ്ങൾക്ക് അനിവാര്യതയ്ക്ക് കീഴ്പ്പെടേണ്ടതില്ല എന്നുള്ളൊരു സാദ്ധ്യതയുണ്ട്. കാരണം, അനിവാര്യത നിരന്തരം യാദൃച്ഛികമായ ഇടപെടലുകളിലൂടെ മാറ്റിത്തീർക്കപ്പെടുന്നു. ഈ യാദൃച്ഛികതയുടെ മേഖലയിൽ നമുക്ക് ഇടപെടാൻ അവസരമുണ്ട് എന്നുള്ള തിരിച്ചറിവാണ് ലഭിക്കുന്നത്.

അതിൽ നമുക്കെങ്ങനെ ഇടപെടാൻ കഴിയും ?

പ്രകൃതിയിലും സമൂഹത്തിലും കൃത്യവും അനിവാര്യവുമായ ചട്ടക്കൂടുണ്ട്. നമുക്കറിയേണ്ടത് ഈ ചട്ടക്കൂടിന്റെ പരിമിതികളെ മറികടക്കാനുള്ള സാധ്യതകളുണ്ടോ ഇല്ലയോ എന്നാണ്. ഈ അനിവാര്യമായ ചട്ടക്കൂട് മാറ്റാൻ പറ്റാത്തതാണെങ്കിൽ പിന്നെ അതിനു ശ്രമിച്ചിട്ട് കാര്യമില്ലല്ലോ ! അനിവാര്യമായ ചട്ടക്കൂടിന്റെ മാറ്റത്തിനുള്ള യാദൃച്ഛികമായ സാഹചര്യങ്ങളും സാദ്ധ്യതകളും ധാരാളമുണ്ടെന്നും, അതിൽ നമുക്കൊരു പങ്കുവഹിക്കാൻ ഇടമുണ്ടെന്നും തിരിച്ചറിയണം. അപ്പോൾ അതിനെ കാത്തിരിക്കുകയും, കണ്ടെത്തുകയും ഉപയോഗപ്പെടുത്തുകയുമാണ് നമ്മുടെ ആവശ്യം.

ദാർശനികമായി സ്വാതന്ത്ര്യാന്വേഷണത്തിന് സാദ്ധ്യതയുണ്ട് -അത്രയേ ഞാൻ പറയുന്നുള്ളൂ. അതിൽ വിജയിക്കുന്നവർക്ക്, മുൻകൈ നേടുന്നവർക്ക് ആ അർത്ഥത്തിലുള്ള സ്വാതന്ത്ര്യാനുഭവം ഉണ്ടാകുന്നതാണ്. അതായത് മെക്കാനിക്കലായ ഒരു ചട്ടക്കൂടിന് കീഴ്പ്പെട്ടുപോകുന്ന സാഹചര്യമല്ല പ്രകൃതി നമുക്ക് നൽകുന്നത്. മൃഗങ്ങളിൽ നിന്നു വ്യത്യസ്തമായി ഓരോരുത്തരുടെയും അഹംബോധത്തിലൂടെ ഇടപെടാനുള്ള കഴിവ് നമുക്കുണ്ട്. ആ കഴിവ് ഉപയോഗിക്കാനുള്ള സാഹചര്യവും ഇവിടെയുണ്ട്. അതിലൂടെ സ്വാതന്ത്ര്യാന്വേഷണവും സ്വാതന്ത്ര്യത്തിന്റെ സാക്ഷാത്കാരവും സാദ്ധ്യമാണ്.

ഇതിൽ ടെക്നോളജിയുടെ പങ്കെന്താണ് ? അനിവാര്യതയെ ടെക്നോളജി കൊണ്ട് മറികടക്കാനാവില്ലേ ?

പക്ഷേ, വ്യക്തികളുടെ സ്വാതന്ത്ര്യാന്വേഷണവുമായി അതിനെ ബന്ധിപ്പിക്കാനാവില്ല. സ്വാതന്ത്ര്യത്തിന്റെ സാക്ഷാത്കാരം എന്നു പറയുന്നത് വ്യക്തിതലത്തിലാണ് നടക്കുന്നത്. പ്രകൃതിയിലെ അനിവാര്യമായ നിയമങ്ങളുടെ പരിവർത്തനത്തിന്റെ ഭാഗമായി ഉത്പാദനശക്തികൾ രൂപംകൊള്ളുന്നു. സാങ്കേതികവിദ്യകൾ വികസിക്കുന്നു എന്നൊക്കെ പറയാം. അതൊക്കെ ഇതിന്റെ ഇടയിലെ നിമിത്തമായി മാറാമെന്നല്ലാതെ അപ്പുറത്തേയ്ക്ക് പോകുന്നില്ല.

താങ്കളുടെ അന്വേഷണമണ്ഡലത്തിന്റെ കേന്ദ്രബിന്ദു സ്വാതന്ത്ര്യം എന്ന സങ്കല്പമാണെന്നു തോന്നിയിട്ടുണ്ട്. എന്താണ് അതേക്കുറിച്ച് പറയാനുള്ളത് ?

ഞാൻ കമ്മ്യൂണിസത്തെക്കുറിച്ച് ചിന്തിക്കുവാൻ തുടങ്ങുന്നതു തന്നെ സ്വാതന്ത്ര്യം, സമത്വം എന്നിവയുമായി ബന്ധപ്പെട്ടാണ്. 'പ്രപഞ്ചവും മനുഷ്യനും' എന്ന പുസ്തകത്തിന്റെ ആദ്യപതിപ്പിൽ സ്വാതന്ത്ര്യത്തേയും അനിവാര്യതയെയും കുറിച്ച് ഒരു

ലേഖനമുണ്ടായിരുന്നു. അതിൽ സ്വാതന്ത്ര്യത്തെക്കുറിച്ചുള്ള ഏംഗൽസിന്റെ നിർവ്വചനത്തെയാണ് പിന്തുടർന്നിരുന്നത്. അനിവാര്യതയുടെ അംഗീകാരമാണ് സ്വാതന്ത്ര്യം എന്ന നിർവ്വചനം. ഹേഗലിനെ അടിസ്ഥാനമാക്കിയുള്ള നിർവ്വചനമായിരുന്നു അത്. അനിവാര്യമായ പ്രകൃതിനിയമങ്ങൾ നിലനിൽക്കുന്നു; അവയെ തിരിച്ചറിയുന്നതുവഴി നിങ്ങൾക്കു സ്വാതന്ത്ര്യമുണ്ടാകുന്നു എന്നർത്ഥം. മൃഗങ്ങൾ പ്രകൃതിനിയമങ്ങൾ തിരിച്ചറിയാതെ അതിനു കീഴ്പ്പെടുന്നു. മനുഷ്യനു അവയെ തിരിച്ചറിയാൻ കഴിയുന്നതുവഴി പ്രകൃതിക്കുമേൽ യജമാനത്തം സ്ഥാപിക്കാമെന്നാണ് ധ്വനി. അതാണ് സ്വാതന്ത്ര്യം എന്ന ധാരണയാണ് ആ ലേഖനത്തിൽ ഉണ്ടായിരുന്നത്. പിന്നീടുള്ള പതിപ്പുകളിൽ ആ ലേഖനം ഒഴിവാക്കിയിട്ടുണ്ട്.

സ്വാതന്ത്ര്യത്തെക്കുറിച്ചുള്ള ധാരണയിൽ പിന്നീടുണ്ടായ മാറ്റം എന്താണ്?

എന്റെ ആദ്യത്തെ ജയിൽവാസകാലത്ത്, 1970 മുതൽ 75 വരെയുള്ള കാലഘട്ടത്തിൽ തിരുവനന്തപുരത്ത് ജയിലിൽ കഴിയുമ്പോഴാണ് അനിവാര്യതയുടെ അംഗീകാരമാണ് സ്വാതന്ത്ര്യം എന്ന ധാരണയെക്കുറിച്ച് ഞങ്ങൾക്കിടയിൽ സജീവമായ ചർച്ച ഉയർന്നുവന്നത്. മാർക്സിസത്തെക്കുറിച്ച് സഹതടവുകാരായ സഖാക്കൾക്ക് ക്ലാസ്സെടുക്കുമ്പോൾ ഈ പ്രശ്നം ഉയർന്നുവരാറുണ്ടായിരുന്നു. മുതലാളിത്തം, സോഷ്യലിസം, കമ്മ്യൂണിസം എന്നിങ്ങനെയുള്ള പരിവർത്തനങ്ങൾ അനിവാര്യമാണെന്നു മാർക്സിസം പ്രഖ്യാപിക്കുന്നു. കമ്മ്യൂണിസം അനിവാര്യമാണെങ്കിൽ പിന്നെ അതിനുവേണ്ടി നമ്മൾ എന്തിനാണ് ഇത്ര കഷ്ടപ്പെടുന്നത് ? ഈ ജയിൽവാസവും പീഡനങ്ങളും എന്തിനാണ് ? ഈ ചോദ്യങ്ങൾക്ക് സാധാരണ പറയാറുള്ള കമ്മ്യൂണിസ്റ്റ് വിശദീകരണങ്ങളുണ്ട്. മനുഷ്യന്റെ ബോധപൂർവ്വമായ ഇടപെടലുകളിലൂടെയും പ്രവർത്തനങ്ങളിലൂടെയും പരിവർത്തനത്തെ ത്വരിപ്പിക്കണം എന്നൊക്കെ. ആ ഉത്തരങ്ങളൊക്കെ തൃപ്തികരമല്ലെന്ന് എനിക്ക് അപ്പോൾത്തന്നെ തോന്നിയിരുന്നു. അന്നുമുതലാണ് ഞാൻ ഈ പ്രശ്നത്തെക്കുറിച്ച് ഗൗരവമായി അന്വേഷിക്കാൻ തുടങ്ങിയത്.

സ്വാതന്ത്ര്യം എന്നത് അനിവാര്യതയുടെ അംഗീകാരമാണെങ്കിൽ അത് ഒരുതരത്തിൽ പ്രകൃതിക്കു കീഴ്പ്പെടലാണ്. അതിനപ്പുറത്ത് സ്വാതന്ത്ര്യം സാദ്ധ്യമല്ലേ എന്നാണ് എന്റെ അന്വേഷണം. അങ്ങനെയിരിക്കുമ്പോഴാണ് ഞങ്ങൾക്ക് മാവോയുടെ ഒരു പുസ്തകം ജയിലിൽ കിട്ടുന്നത്. 'മാവോസേതുങ് അൺറിഹേഴ്സഡ്' എന്ന അമേരിക്കൻ പുസ്തകം.

മാവോയുടെ ജീവചരിത്രകാരനായ സ്റ്റുവർട്ട് ഷ്രാം ആണ് അതു സമാഹരിച്ച് പ്രസിദ്ധപ്പെടുത്തിയിട്ടുള്ളത്. മാവോയുടെ കൃതികളെല്ലാം തെരഞ്ഞെടുത്ത കൃതികളായിട്ടാണ് വന്നിട്ടുള്ളത്. ആദ്യം നാലു വാല്യങ്ങളാണ് പ്രസിദ്ധീകരിച്ചത്. പിന്നീട് അഞ്ചാമതൊരു വാല്യവും വന്നിട്ടുണ്ട്. അങ്ങനെ സമാഹരിക്കപ്പെടാത്ത, ഔദ്യോഗികമായി എഡിറ്റു ചെയ്യപ്പെടാത്ത, സാംസ്കാരികവിപ്ലവകാലത്തെ മാവോയുടെ പ്രസംഗ ങ്ങളുടെ സമാഹാരമായിരുന്നു ഞങ്ങളുടെ കൈയിൽ കിട്ടിയത്. അതിലൊരിടത്ത് രസകരമായ ഒരു നിരീക്ഷണം മാവോ നടത്തുന്നുണ്ട്. സ്വാതന്ത്ര്യം എന്നത് അനിവാര്യതയെ അംഗീകരിക്കൽ മാത്രമല്ല, അതിനെ മാറ്റിത്തീർക്കുക കൂടിയാണ് എന്നാണ് മാവോ പറയുന്നത്.

അനിവാര്യതയെന്നാൽ മാറ്റാൻ പറ്റാത്തത് എന്നാണല്ലോ അർത്ഥം ? അപ്പോൾ ഈ നിർവ്വചനത്തിൽ ഒരു പൊരുത്തക്കേടില്ലേ ?

അതെ, ആ നിർവ്വചനം വളരെ രസകരമായിട്ടെനിക്ക് തോന്നി. അത് ആന്തരിക വൈരുദ്ധ്യം ഉള്ള ഒന്നായിട്ടാണ് എനിക്ക് തോന്നിയത്. അനിവാര്യതയെന്നത് മാറ്റിത്തീർക്കാൻ പറ്റാത്തതാണ്. അതിനെയാണ് മാറ്റിത്തീർക്കേണ്ടത്. അവിടെയാണ് ഞാൻ അനിവാര്യതയുടെ വിപരീതം അന്വേഷിക്കുന്നത്. അനിവാര്യതയുടെ വിപരീതം യാദൃച്ഛികതയാണ്. അനിവാര്യതയും യാദൃച്ഛികതയും തമ്മിലുള്ള ബന്ധം എന്താണെന്നതായി പിന്നെ ചിന്ത. അങ്ങനെ ഉടനെ ഞാൻ പോകുന്നത് യാദൃച്ഛികതയെക്കുറിച്ചുള്ള നിർവ്വചനങ്ങളിലേയ്ക്കാണ്. സോവിയറ്റ് തത്വശാസ്ത്ര നിഘണ്ടുവൊക്കെ ഇതിനെ നിർവ്വചിച്ചിട്ടുണ്ട്. അവർ ഇതിനെ നിർവ്വചിച്ചിരിക്കുന്നത്, അജ്ഞതയുടെ പര്യായം എന്നാണ്. നേരത്തേ ഹരിദാസൻ ചോദിച്ച, ക്വാണ്ടം ബലതന്ത്രത്തിലെ അനിശ്ചിതത്വസിദ്ധാന്തവുമായി ബന്ധപ്പെട്ട ചോദ്യമുണ്ടല്ലോ, ഉപകരണങ്ങളുടെ പരിമിതിയല്ലേ അനിശ്ചിതത്വത്തിനു കാരണം എന്നത്. ആ ധാരണയുമായി ബന്ധപ്പെട്ട ഒന്നായിരുന്നു അജ്ഞതയുടെ പര്യായം എന്ന നിർവ്വചനം. അതായത്, നമുക്ക് മനസ്സിലാക്കാൻ കഴിയാതിരുന്ന കാര്യങ്ങൾ, മനസ്സിലാക്കാൻ കഴിയുന്ന ഒരവസ്ഥ വന്നാൽ, മനസ്സിലാക്കാൻ കഴിഞ്ഞാൽ അതു ജ്ഞാനമായി, പുതിയ വിവരമായി. ആ വിവരം അറിയുന്നതുവരെയുള്ള അജ്ഞതയാണ് യാദൃച്ഛികത. സോവിയറ്റ് നിർവ്വചനം യാദൃച്ഛികതയ്ക്ക് അത്രയെ സ്ഥാനം നൽകുന്നുള്ളൂ.

ഈ നിർവ്വചനത്തിൽ തകരാറുണ്ടെന്ന് എനിക്കുടനെ മനസ്സിലായി. വൈരുദ്ധ്യവാദത്തിന്റെ നിയമമനുസരിച്ച്,

അനിവാര്യത എന്നൊന്നുണ്ടെങ്കിൽ അതിന് ഒരു വിപരീതവും ഉണ്ടായിരിക്കണം. അങ്ങനെയാണ് യാദൃച്ഛികതയ്ക്ക് ഒരു പദവിയുണ്ടെന്ന് മനസ്സിലായത്. ആദ്യം ഹേഗലും, പിന്നീട് ഏംഗൽസും അനിവാര്യതയെയും യാദൃച്ഛികതയെയും ഒരു അടിസ്ഥാനവൈരുദ്ധ്യമായിട്ട് ഉന്നയിക്കുന്നുണ്ട്. എന്നാൽ അവർ കൂടുതൽ വിശദാംശങ്ങളിലേയ്ക്കൊന്നും പോകുന്നില്ല. അത് യാദൃച്ഛികതയെക്കുറിച്ച് കൂടുതൽ അന്വേഷിക്കാൻ പ്രേരണയായി. അനന്തത (infinity) യുമായി ബന്ധപ്പെട്ടതാണ് യാദൃച്ഛികത എന്ന നിഗമനത്തിലേക്കാണത് നയിച്ചത്. അനന്തമായ പ്രകൃതിയുടെ അനിവാര്യമായ ഘടകമാണ് യാദൃച്ഛികത. യാദൃച്ഛികതയെ ആദ്യം നിർവ്വചിച്ചിരുന്നത് കാര്യകാരണബന്ധം അറിഞ്ഞുകൂടാത്ത സംഭവങ്ങൾ എന്ന അർത്ഥത്തിലാണ്. അത് അങ്ങനെയല്ല എന്നാണ് പിന്നെ ഞാൻ മനസ്സിലാക്കിയത്.

ഇന്ത്യൻ സമൂഹവും ദർശനവും

ഇന്ത്യൻ ദർശനങ്ങളെപ്പറ്റി കാര്യമായി ഒന്നും എഴുതി കണ്ടിട്ടില്ലല്ലോ ?

ആദ്യകാലത്തെ ചില ലേഖനങ്ങൾ എഴുതികഴിഞ്ഞിട്ട് പിന്നീട് ഞാനതിൽ നിന്നു വിട്ടുപോയി. പിന്നെ ഞാനതിലോട്ട് പോയിട്ടില്ല.

പൗരസ്ത്യ മിസ്റ്റിസിസവും ആധുനിക ഭൗതികശാസ്ത്രത്തിന്റെ കണ്ടെത്തലുകളും സമാനമാണെന്ന് ഫ്രിജോഫ് കാപ്രയെപ്പോലുള്ളവർ വാദിക്കുന്നു. അതേക്കുറിച്ച് എന്താണഭിപ്രായം ?

കാപ്രയുടെ വാദങ്ങൾ അസംബന്ധങ്ങളാണെന്ന അഭിപ്രായമാണ് എനിക്കുള്ളത്. കാപ്രയുടെ നിലപാടുകളെ ഖണ്ഡിച്ചുകൊണ്ട് എഴുതണമെന്ന് ഇടയ്ക്ക് കരുതിയിരുന്നതാണ്. അവ തമ്മിൽ ഉപരിപ്ലവമായ സാദൃശ്യങ്ങൾ കണ്ടേക്കാം. എന്നാൽ മിസ്റ്റിസിസം മിസ്റ്റിസിസം തന്നെയാണ്. അതിനെ ആധുനികഭൗതികവുമായി ബന്ധപ്പെടുത്തേണ്ട കാര്യമൊന്നുമില്ല. അതേസമയം പൗരസ്ത്യ ദർശനങ്ങൾക്ക് പാശ്ചാത്യതത്വചിന്തയേക്കാൾ മികവുണ്ട് എന്നത് ഞാൻ അംഗീകരിക്കുന്നു. ആഴത്തിലേയ്ക്ക് പോകാനുള്ള ഒരു ദാർശനിക മനസ്സ് അതിലുണ്ട്. എനിക്ക് കൂടുതൽ കൂടുതൽ ബോദ്ധ്യപ്പെട്ടുവന്നിട്ടുള്ള സംഗതിയാണത്. അതിൽ ഏറ്റവും പ്രധാനം അനന്തത (Infinity) യെക്കുറിച്ചുള്ള അതിന്റെ ഉത്കണ്ഠയാണ്. 'നേതി, നേതി' (ഇതല്ല, ഇതല്ല) എന്നുള്ള ഉപനിഷദ് അന്വേഷണരീതി വളരെ ആഴമുള്ളതാണ്. ആ നിലയ്ക്കൊരു ആഴത്തിലുള്ള ദാർശിനിക സ്വഭാവം പാശ്ചാത്യതത്വ ചിന്തക്കില്ല. സയൻസിനും അതിന്റേതായ പരിമിതികളുണ്ട്. ഞാൻ ആദ്യം പാശ്ചാത്യസയൻസിനെയൊക്കെ അംഗീകരിച്ചിരുന്നുവെങ്കിലും, പിൽക്കാലത്ത് സയൻസിന് ദാർശനികതലത്തിൽ വലിയ പരിമിതികളുണ്ടെന്ന് തിരിച്ചറിയുകയുണ്ടായി. എന്നാൽ പൗരസ്ത്യദർശനങ്ങൾ, എല്ലാ പ്രശ്നങ്ങളേയും

പരിഹരിച്ചു എന്ന രീതിയിലല്ല കാണേണ്ടത്. അവർക്ക് അടിസ്ഥാന ദാർശനിക പ്രശ്നങ്ങളൊന്നും പരിഹരിക്കാൻ കഴിഞ്ഞിട്ടില്ല. അവർ അത്തരം പ്രശ്നങ്ങളിൽ തൽപരരായിരുന്നു എന്നതാണ് ശ്രദ്ധേയമായ കാര്യം. വൈരുദ്ധ്യാത്മകമെന്നു പറയാവുന്ന ഒരു തലം പൗരസ്ത്യദർശനങ്ങൾക്കുണ്ട്. ബുദ്ധദർശനത്തിലായാലും ഉപനിഷത്തുകളിലായാലും എല്ലാറ്റിലും ഡയലറ്റിക്സുണ്ട്.

ഉപനിഷത്തുകളുടെ കേന്ദ്ര ആശയം ബ്രഹ്മവാദമല്ലേ ? ബ്രഹ്മത്തിന്റെ അസ്തിത്വത്തെ സ്ഥാപിക്കാനുള്ള ശ്രമമല്ലേ അവ നടത്തുന്നത് ?

അതുണ്ട്. അതൊക്കെ പല സ്കൂളുകളിൽ ചിലത് എന്ന രീതിയിലാണ്. അതിനെയൊന്നും ഞാൻ കാര്യമായിട്ടെടുക്കുന്നുമില്ല.

നിലവിലുള്ള ഒരു സാമൂഹികഘടനയെ, വർണ്ണവ്യവസ്ഥയിൽ അധിഷ്ഠിതമായ ഒരു സാമൂഹിക സംവിധാനത്തെ അതേപടി നിലനിർത്തുന്നതിനുള്ള ചില ദാർശനികാടിസ്ഥാനങ്ങളല്ലേ അവ നൽകുന്നത് ?

ശങ്കരന്റെ മായാവാദമൊക്കെ പൂർണ്ണമായും അതുതന്നെയാണ്. ഈ പറഞ്ഞ വർണ്ണതാൽപര്യങ്ങളെയൊക്കെ സംരക്ഷിക്കുന്ന ഒരു തലത്തിലാണ് ശങ്കരന്റെ ദർശനം എത്തിനിൽക്കുന്നത്. ഞാൻ ശങ്കരനെയൊന്നുമല്ല ഉദ്ദേശിച്ചത്. പല ഉപനിഷത്തുകളിലായി ചിതറിക്കിടക്കുന്ന ചില പോയിന്റുകൾ മാത്രം. അതിനെമാത്രമേ ഞാൻ ഉദ്ദേശിച്ചുള്ളൂ. മറ്റുള്ളതിലൊന്നും എനിക്കൊരു താൽപര്യവുമില്ല. ശങ്കരന്റേതൊക്കെ വളരെ അപകടം പിടിച്ച ദർശനമാണ്. ബുദ്ധദർശനമാണ് ആ അർത്ഥത്തിൽ കുറെ മെച്ചപ്പെട്ടത്. ബുദ്ധനിൽ വൈരുദ്ധ്യാത്മകതയുണ്ട്. നാഗസേനനും ധർമ്മകീർത്തിയുമൊക്കെ ശരിക്കും ഡയലറ്റിക്സ് കൈകാര്യം ചെയ്തിട്ടുള്ളവരാണ്. അവർ ദൈവസങ്കൽപത്തി ലേക്കൊന്നും പോയിട്ടില്ല. ഭൗതികവും സാമൂഹികവും അതുവഴി ഡയലറ്റിക്കലുമായ അന്വേഷണങ്ങളാണ് അവരുടേത്. ആ ധാര പല ഉപനിഷത്തുകളിലായി ചിതറിക്കിടക്കുന്നുണ്ട്. അത്രയേയുള്ളൂ. ശങ്കരനൊക്കെ വന്നതോടെ ഫിലോസഫി മുരടിക്കുകയാണ് ചെയ്തത്.

ഇന്ത്യയ്ക്ക് ശാസ്ത്രീയമായ ഒരു പാരമ്പര്യമുണ്ടോ ?

അങ്ങനെ ഒരു പാരമ്പര്യമൊന്നും പ്രത്യേകിച്ച് എടുത്തുപറയാനില്ല. ഏറെക്കുറെ എല്ലാ ഫ്യൂഡൽ സമൂഹങ്ങളെ പോലെയും ഉള്ള ഒരു പാരമ്പര്യമേ ഉള്ളൂ. ചൈനയിലും ഗ്രീസിലും അറേബ്യയിലും എന്നപോലെ ഇന്ത്യയിലും ഫ്യൂഡൽ കാലഘട്ടത്തിൽ ചില സംഭാവനകളൊക്കെ ഉണ്ടായിട്ടുണ്ട്. അതിൽ നിന്നും വ്യത്യസ്തമായിട്ട് എടുത്തുപറയാനൊന്നുമില്ല. ഓരോ സമൂഹവും

അവരവരുടെ പാരമ്പര്യത്തെ മഹത്വീകരിച്ച് പറയാറുണ്ട്.

യൂറോപ്പിൽ ശാസ്ത്രത്തിന്റെ വികാസം നടക്കുന്നത് നവോത്ഥാനവുമായി ബന്ധപ്പെട്ടാണ്. നമ്മുടെ ഇടയിൽ നവോത്ഥാനപ്രസ്ഥാനങ്ങൾ രൂപം കൊള്ളുന്നത്. ബ്രിട്ടീഷ് കൊളോണിയൽ ഭരണകാലത്താണ്. സ്വാഭാവികമായും ശാസ്ത്രം എന്നത് പടിഞ്ഞാറുനിന്ന് ഇറക്കുമതി ചെയ്യുകയാണുണ്ടായത്. അങ്ങനെ സ്വന്തമായി കണ്ടെത്തേണ്ട ആവശ്യമില്ലാതായോ നമുക്ക് ?

ഇല്ലാതായി എന്നു മാത്രമല്ല, അതിനു കഴിയാത്ത അവസ്ഥയുമുണ്ടായി. ഭക്തിപ്രസ്ഥാനവുമായി ബന്ധപ്പെട്ട ആ രണ്ടു നൂറ്റാണ്ടുകളിൽ ഇവിടെയും കുറെ സ്വതന്ത്രമായ അന്വേഷണങ്ങളും വികാസങ്ങളും ഉണ്ടാകാമായിരുന്നു. പക്ഷേ, കൊളോണിയൽ ഭരണം അതിനെ തടസ്സപ്പെടുത്തുകയാണുണ്ടായത്.

ഇന്ത്യക്കാരുടെ മനോഘടന ശാസ്ത്രീയമായ അന്വേഷണങ്ങൾക്ക് പറ്റിയതല്ല എന്നു പറയാമോ ?

അങ്ങനെ പറയാൻ പറ്റില്ല. ജൈവശാസ്ത്രപരമായിട്ട് എല്ലാ മനുഷ്യർക്കും പൊതുവായ ചില അടിസ്ഥാനഗുണങ്ങളുണ്ട്. ഇന്ത്യക്കാരും അതിൽ നിന്ന് വ്യത്യസ്തരല്ല.

ഇന്ത്യ സ്വതന്ത്രമായിട്ട് അരനൂറ്റാണ്ടിലേറെ ആയിട്ടും ശാസ്ത്രരംഗത്ത് മൗലികമായ സംഭാവനയൊന്നും ഉണ്ടായിട്ടില്ലല്ലോ ?

അതിനു പ്രധാന കാരണം കൊളോണിയൽ ഭരണം മൂലം നമ്മൾ സാമ്പത്തികമായി വളരെ പിന്നോക്കം പോയി എന്നതാണ്. കൊളോണിയൽ ഭരണത്തിൽ സാമ്പത്തികവും ശാസ്ത്രീയവുമായ വികാസം ബോധപൂർവ്വം തടയപ്പെട്ടു. ശാസ്ത്രരംഗത്ത് വികാസമുണ്ടാവണമെങ്കിൽ അതിനുവേണ്ട സാമ്പത്തിക വികാസം ഉണ്ടാകണം. പടിഞ്ഞാറൻ രാജ്യങ്ങളിൽ ശാസ്ത്രഗവേഷണം മുഴുവൻ നടത്തുന്നത് വലിയ കമ്പനികളുടെ റിസേർച്ച് ആന്റ് ഡെവലപ്മെന്റ് വിങ്ങുകളാണ്. അതിനുവേണ്ടി കോടിക്കണക്കിന് പണം മാറ്റിവെച്ചിട്ട് പണമുണ്ടാക്കുകയാണവർ ചെയ്യുന്നത്.

ഇപ്പോൾ ഇൻഫർമേഷൻ ടെക്നോളജിയുടെ രംഗത്ത് ഇന്ത്യൻ മസ്തിഷ്കങ്ങളാണ് ഏറ്റവും മുൻപന്തിയിൽ നിൽക്കുന്നത്. സോഫ്റ്റ്‌വെയറിന്റെ മേഖലയിൽ ഇന്ത്യ ഏറ്റവും മുന്നിലാണ്. സോഫ്റ്റ്‌വെയർ എന്നുപറഞ്ഞാൽ ബൗദ്ധികതയ്ക്ക് പ്രാധാന്യമുള്ള, പ്രോഗ്രാമുകൾ ഉണ്ടാക്കലാണ്. ചൈന അതിൽ പിന്നിലാണ്. ഈയിടെ ചൈനീസ് പ്രധാനമന്ത്രി ബാംഗ്ലൂരിൽ വന്നപ്പോൾ ചൂണ്ടികാണിച്ച ഒരു കാര്യമുണ്ട്. ഹാർഡ്‌വെയർ രംഗത്ത് ചൈന വൻശക്തി. സോഫ്റ്റ്‌വെയർ രംഗത്ത് ഇന്ത്യയും. അപ്പോൾ നമ്മൾ രണ്ടുകൂട്ടരും

ചേർന്നാൽ ലോകത്തിലെ ഐ.ടി.മേഖല മുഴുവൻ നമ്മുടെ കൈയിലാണെന്നാണ് ഷുറോങ്ജി പറഞ്ഞത്. ഇംഗ്ലീഷ് ഭാഷയിൽ പ്രാവീണ്യമുള്ളവർ ധാരാളം ഉണ്ടെന്നത് ഈ രംഗത്ത് ഇന്ത്യയ്ക്ക് വലിയൊരു മുതൽക്കൂട്ടാണ്. യൂറോപ്പിൽ അവർക്കാവശ്യമായത്ര മനുഷ്യവിഭവശേഷിയില്ല. അതിന് ഇന്ത്യയെയും ചൈനയെയും അവർക്കാവശ്യമാണ്. ഇംഗ്ലീഷ് പഠിപ്പിക്കുന്നത് ഒരു നാഷണൽ പ്രോഗ്രാമായി ചൈന നടപ്പിലാക്കിക്കൊണ്ടിരിക്കുകയാണ്. ഇംഗ്ലീഷുകാർ അന്നു ഭരിച്ചതിന്റെ ദോഷം ഇന്നു നമുക്ക് ഗുണമായി മാറുന്നു.

ഞാൻ പറഞ്ഞുവരുന്നത്, നമ്മൾ അത്ര മോശക്കാരൊന്നു മല്ല എന്നാണ്. ഒരു വർഗ്ഗം അല്ലെങ്കിൽ ഒരു വംശം എന്ന നിലയിൽ അങ്ങനെ പ്രത്യേകിച്ച് നമ്മുടെ കഴിവുകൾക്ക് കുറവുകളൊന്നും പറയാൻ കഴിയില്ല. എന്റെ അഭിപ്രായത്തിൽ അടുത്ത ഇരുപതോ ഇരുപത്തഞ്ചോ കൊല്ലത്തിനുള്ളിൽ ഇന്ത്യവലിയൊരു ശക്തിതന്നെ ആയിത്തീരും.

പണ്ട് കെ.ഭാസ്കരൻ നായരെപ്പോലുള്ളവർ, ഇന്ത്യയ്ക്ക് ആവ ശ്യം പാശ്ചാത്യരുടെ ടെക്നോളജി മാത്രമാണ്; ശാസ്ത്രത്തിന്റെ ദർശനം കടംവാങ്ങേണ്ട ഗതികേടൊന്നും ഇന്ത്യയ്ക്കില്ല എന്ന് എഴുതിക്കണ്ടിട്ടുണ്ട്. അതേക്കുറിച്ച് എന്താണഭിപ്രായം ?

ശാസ്ത്രദർശനം എന്നു പറയുന്നത് അങ്ങനെ വേർപിരിക്കാവു ന്ന ഒന്നല്ല. ടെക്നോളജിയോടു ബന്ധപ്പെട്ട ഒരു അടിസ്ഥാ നശാസ്ത്രത്തിന്റെ വികാസമുണ്ട്. അതിവിടെ ഉണ്ടായിട്ടില്ല. ശാസ്ത്രത്തിനു വളരെ പുറത്തുള്ള ദർശനമാണ് ഇവിടെ വളർ ന്നുവന്നിട്ടുള്ളത്.

കാര്യങ്ങളെ ശാസ്ത്രീയമായി വിശകലനം ചെയ്യാനുള്ള പ്രവ ണതയല്ല പൊതുവെ ഇന്ത്യക്കാരിൽ കാണുന്നത്. ശാസ്ത്രത്തിലൊക്കെ ഉയർന്ന വിദ്യാഭ്യാസ യോഗ്യതയുള്ളവർപോലും പഴയ മതപരമായ ധാരണകൾ കൊണ്ടുനടക്കുന്നവരാണല്ലോ ?

അത് ഇന്ത്യക്കാരിൽ മാത്രം കാണുന്ന പ്രവണതയല്ല. എല്ലാ യിടത്തും ഉള്ളതാണത്. ഐൻസ്റ്റൈന്റെ കാര്യം തന്നെയെടു ക്കുക. ആപേക്ഷികസിദ്ധാന്തം പോലൊരു തിയറി കണ്ടെ ത്തിയിട്ടും ദൈവവിശ്വാസിയായിരുന്നു അദ്ദേഹം.

സ്പിനോസയുടെ ദൈവത്തിൽ വിശ്വസിക്കുന്നു എന്നല്ലേ അദ്ദേഹം പറഞ്ഞത് ? സ്പിനോസയുടേത് വിശ്വദേവതാവാദ (Pantheistic) പരമായ ഒരു വീക്ഷണമാണ്. അതിനെ തലകീഴായ ഭൗതികവാദമായി ചിലർ വിലയിരുത്തിയിട്ടുണ്ട്. ചുരുക്കത്തിൽ പ്രകൃതിയും അതിന്റെ ക്രമവു മൊക്കെ ചേർന്നതാണ് സ്പിനോസയുടെ ദൈവം. അതിന് സാധാരണ ദൈവസങ്കല്പവുമായി ഒരു ബന്ധവും ഇല്ലല്ലോ ?

അതെ. അപ്പോൾപ്പോലും ഒരു തരം ദൈവവിശ്വാസം ഐൻസ്റ്റൈനുണ്ടായിരുന്നു. ബ്രഹ്മം പോലുള്ള സങ്കല്പം എന്നൊക്കെ പറയാം. അപ്പോൾ പറഞ്ഞുവന്നത്, അതിന്റെ പ്രധാനകാരണം ശാസ്ത്രത്തിന്റെ പരിമിതികളും എല്ലാവരും അംഗീകരിക്കുന്നു എന്നാണ്. ഞാൻ നേരത്തെ പറഞ്ഞതു പോലെ അനന്തതയെ കൈകാര്യം ചെയ്യാൻ ശാസ്ത്രത്തിനു സാദ്ധ്യമല്ല. എന്ന പ്രശ്നമാണ്. അപ്പോൾ ആവക പ്രശ്ന ങ്ങൾ വരുമ്പോൾ ആരും മതപരമായ ധാരണകളിലേയ്ക്ക് വഴുതിപ്പോകും.

സയൻസിന് പ്രാപഞ്ചിക പ്രശ്നങ്ങളെക്കുറിച്ച് ലളിതമായ ഉത്തര ങ്ങളൊന്നുമില്ല. സയൻസിന്റെ മറുപടികൾ വളരെ സങ്കീർണ്ണങ്ങളാണ്. അതേസമയം മതത്തിന്റേതാകട്ടെ വളരെ ലളിതവും എളുപ്പത്തിൽ ഉൾക്കൊള്ളാൻ കഴിയുന്നതുമാണ്. അതല്ലേ ഈ മതാത്മകപ്രവണതയ്ക്ക് കാരണം ?

അതുമാത്രമല്ല. സയൻസിന്റെ ഏറ്റവും ഉയർന്നതലങ്ങളിൽ എത്തുന്നവർക്ക് അനന്തതയുടെ പ്രശ്നങ്ങൾ അവശേഷിക്കു ന്നു എന്ന തിരിച്ചറിവുതന്നെയാണ് ഉണ്ടാകുന്നത്. അപ്പോൾ സ്വാഭാവികമായും ഇൻഫിനിറ്റി ദൈവവുമായി താദാത്മ്യം പ്രാപിക്കും. അജ്ഞാതവും അജ്ഞേയവുമായ ഒരു മേഖലയു ണ്ട് എന്ന തിരിച്ചറിയുന്നിടത്ത്, അങ്ങോട്ട് എത്തിച്ചേരാനുള്ള വഴി, കൂടുതൽ അദ്ധ്വാനിക്കാതെ എത്തിച്ചേരാനുള്ള വഴി, ദൈവത്തെ സങ്കൽപിക്കുക എന്നതാണ്. ഞാൻ എപ്പോഴും പറയാറുള്ളത്, അതൊരു എസ്കേപ്പിസം ആണെന്നാണ്. ആത്മീയവാദികൾ അത് സമ്മതിക്കില്ല. എന്റെ മുന്നിൽ ഒരു ചോദ്യമുണ്ട്. ഞാനത് അംഗീകരിക്കുന്നു. ഇൻഫിനിറ്റിയെ എനിക്ക് പൂർണ്ണമായി മനസ്സിലാക്കാൻ പറ്റുന്നില്ല; വിശദീകരി ക്കാൻ പറ്റുന്നില്ല. അതുപോലെ അഹംബോധം എന്നുള്ളതിന് യുക്തിപരമായ വിശദീകരണം നൽകാൻ പറ്റുന്നില്ല. മസ്തിഷ്ക ത്തിലെയും ശരീരത്തിലെയും ഭൗതികഘടകങ്ങൾ ചേർന്ന് രൂപംകൊള്ളുന്നതാണ് അഹംബോധം, മനസ്സ് എന്നിവയൊ ക്കെ എന്ന യാന്ത്രിക ഭൗതികവാദത്തിന്റെ നിലപാട് തൃപ്തിക രമല്ല. ഭൗതികഘടകങ്ങൾ പ്രത്യേക രീതിയിൽ സംയോജിച്ച് രൂപം കൊള്ളുന്ന പുതിയ ഗുണവിശേഷങ്ങളെ ഭൗതികതല ത്തിൽ മാത്രം വിശദീകരിക്കുന്നത് അപര്യാപ്തമാണ്. ഇത്തരം ചോദ്യങ്ങൾ എന്റെ മുമ്പിലുണ്ട്. ഇത് ഫിലോസഫിക്കലായ ചോദ്യങ്ങളാണ്. ഈ ചോദ്യങ്ങൾക്കുത്തരം എളുപ്പത്തിൽ നിങ്ങൾക്ക് നൽകാൻ കഴിയും. ആത്മാവെന്നോ, പരമാത്മാ വെന്നോ സർവ്വശക്തൻ എന്നോ ഒക്കെ ഉത്തരം നൽകാം. പക്ഷെ, എന്നെ സംബന്ധിച്ച് ഇതൊന്നും ഉത്തരമാകുന്നില്ല.

പലായനം മാത്രമാണ്.

അജ്ഞേയവാദി (Agnostic) ആണോ ?

അതൊരു വാദമായിട്ട് ഞാൻ കാണുന്നില്ല. അന്വേഷിക്കണം, കണ്ടെത്തണം എന്ന രീതിയിലാണ് ഞാനതിനെ കണക്കാക്കുന്നത്. അനന്തമായ സാദ്ധ്യതകളിൽ വിശ്വസിക്കുന്ന ഒരാൾക്ക് ഒരിക്കലും മുരടിച്ചുനിൽക്കേണ്ടതില്ല എന്നാണ്. ഒന്നിലും അവസാനിക്കേണ്ടതില്ല.

കമ്മ്യൂണിസവും ഭൗതികവാദവുമൊക്കെ പറഞ്ഞിരുന്ന പലരും തന്നെ മതപരമായ വിശ്വാസങ്ങളിലേയ്ക്കും ആൾദൈവങ്ങളിലേയ്ക്കും മറ്റും തിരിച്ചു പോകുന്നുണ്ടല്ലോ. എന്താണ് ഈ പ്രവണതയ്ക്ക് കാരണം ?

അവരുടെ ഭൗതികവാദം വിശ്വാസപരം മാത്രമാണ്. കമ്മ്യൂണിസ്റ്റുകാരുടെ മുഴുവൻ പ്രശ്നമാണത്. എന്താണെന്നുവെച്ചാൽ, കമ്മ്യൂണിസ്റ്റാവുമ്പോൾ നിങ്ങൾ ചെയ്യുന്നത് പഴയ അന്ധവിശ്വാസങ്ങളെയെല്ലാം കയ്യൊഴിക്കുകയാണ്. പകരം പുതിയ അന്ധവിശ്വാസം സ്വീകരിക്കണം. അതാണിവിടുത്തെ കമ്മ്യൂണിസ്റ്റുകാരെല്ലാം ചെയ്തത്. അത്രയേയുള്ളു. അവരുടെ ചിന്താരീതിയിൽ അടിസ്ഥാനപരമായി ഒരു മാറ്റവും വരുന്നില്ല. ചിന്താരീതി ഡയലറ്റിക്കൽ ആവണം. അതു നടക്കുന്നില്ല. അത് വിഷമം പിടിച്ചൊരു പ്രക്രിയയാണ്. വിപുലമായ വിജ്ഞാനത്തിലൂടെയും ചിന്തയിലൂടെയും സ്വാംശീകരിച്ചെടുക്കേണ്ട വളരെ വലിയൊരു ലോകമാണത്. അതിനുപകരം വെറും വിശ്വാസികളായി മാറുകയാണ്. കേരളത്തിന്റെ വികസനത്തിനൊക്കെ വളരെ തടസ്സമായി നിൽക്കുന്നത് ഈ കമ്മ്യൂണിസ്റ്റ് വിശ്വാസമാണ്.

കേരളത്തിലെ കമ്മ്യൂണിസ്റ്റുകാരിൽ മൗലികചിന്തയുള്ളവരൊന്നും ഉള്ളതായി തോന്നിയിട്ടില്ല – കെ. ദാമോദരനൊഴികെ. താങ്കളുടെ നിലപാടെന്താണ് ?

കെ. ദാമോദരനൊക്കെ വളരെ വൈകിയ വേളയിൽ ചില ചെറിയ പ്രശ്നങ്ങളിൽ കുറച്ച് വ്യത്യസ്തമായ അഭിപ്രായങ്ങൾ പറഞ്ഞിട്ടുണ്ട്. പക്ഷെ, വളരെ വൈകിപ്പോയി. അപ്പോഴേയ്ക്കും അവരുടെ റോളൊക്കെ പോയിക്കഴിഞ്ഞിരുന്നു. മാത്രമല്ല, ദാമോദരനും ഇ. എം. എസ്സുമൊക്കെ മാർക്സിസത്തെ ഏറ്റവും വികൃതവൽക്കരിച്ച് യാന്ത്രികവാദമാക്കി മാറ്റിയവരാണ്.

ഇന്ത്യയിലെ ഔദ്യോഗിക കമ്മ്യൂണിസ്റ്റു പ്രസ്ഥാനത്തിൽ മൗലികചിന്തയുള്ള ആരെങ്കിലുമുണ്ടോ ?

ഇല്ല. ആകെയുള്ളത്, ഔദ്യോഗിക കമ്മ്യൂണിസ്റ്റ് പ്രസ്ഥാനത്തിലല്ല, ദേവീപ്രസാദ് ചതോപാദ്ധ്യായയാണ്. അദ്ദേഹം

'ലോകയതം' എന്നൊരു പുസ്തകം എഴുതിയിട്ടുണ്ട്. ഋഗ്വേദ കാലഘട്ടത്തെയൊക്കെ മാർക്സിസ്റ്റ് രീതിയിൽ വിശകലനം ചെയ്യാൻ ശ്രമിച്ചിട്ടുണ്ട്. മാർക്സിസ്റ്റ് രീതിയിലുള്ള ഗവേഷണം എന്നു പറയാവുന്നത് അതാണ്. ഡി.ഡി.കൊസാംബിയുടെയൊക്കെ ചരിത്രഗവേഷണങ്ങളുണ്ട്. പിന്നെ ഇന്ത്യൻ സാമ്പത്തിക ചരിത്രത്തെക്കുറിച്ചുള്ള ചില കൃതികളുണ്ടായിട്ടുണ്ട്. സുനീതികുമാർ ഘോഷിന്റെ 'ഇന്ത്യൻ ബിഗ് ബൂർഷ്വാസി'. പക്ഷെ, അതിലൊരുതരം പാർട്ടിലൈൻ സ്ഥാപിച്ചെടുക്കാനുള്ള ശ്രമമുണ്ടെങ്കിലും, കുറച്ച് മൗലികതയൊക്കെയുണ്ട്. പിന്നെ ബംഗാളിൽ കുറെ സാമ്പത്തികശാസ്ത്രജ്ഞരുണ്ട്-പാർത്ഥാ ചാറ്റർജി തുടങ്ങിയവർ.

ഇന്ത്യൻ സമൂഹത്തെ ശരിയായി വിലയിരുത്താൻ കമ്മ്യൂണിസ്റ്റുകൾക്ക് കഴിഞ്ഞിട്ടുണ്ടോ ?

കഴിഞ്ഞിട്ടില്ല. മാർക്സിസ്റ്റുകൾ വളരെ യാന്ത്രികമായാണ് ഇന്ത്യൻ സമൂഹത്തെ വിശകലനം ചെയ്തിട്ടുള്ളത്. ജാതിയെ ഉപരിഘടനയുടെ പ്രശ്നമായിട്ട് തെറ്റിദ്ധരിക്കുകയാണ് അവർ ചെയ്യുന്നത്.

അടിത്തറയായ സാമ്പത്തികഘടനയിൽ മാറ്റം വരുത്തിയാൽ ഉപരിഘടനയുടെ ഭാഗമായ ജാതി താനെപോകും എന്ന ധാരണയാണല്ലോ കമ്മ്യൂണിസ്റ്റുകൾക്ക് ഉണ്ടായിരുന്നത്. അത് ശരിയാണോ ?

പ്രത്യേകിച്ചും ജാതി ഉപരിഘടനയുടെ പ്രശ്നമല്ല. അടിത്തറയും ഉപരിഘടനയും ചേർന്നുള്ള വളരെ സങ്കീർണ്ണമായ ഘടനാവിശേഷമാണ് ജാതി. സമ്പത്തുൽപാദിപ്പിക്കുന്ന കായികാദ്ധ്വാനം മുഴുവൻ അവർണ്ണ ജാതികൾക്ക്; കായികാദ്ധ്വാനമില്ലാത്ത പണികൾ മുഴുവൻ സവർണ്ണജാതികൾക്ക്. തൊഴിൽ വിഭജനപരമായ ഒരു ഘടകം ജാതിവ്യവസ്ഥയ്ക്ക് പിന്നിലുണ്ട്. എന്നാൽ കേവലം തൊഴിൽ വിഭജനമെന്നതിനപ്പുറം വളരെ സങ്കീർണ്ണമായ ഒരു സാമൂഹികഘടനാവിശേഷമാണ് ജാതി. തൊഴിൽ വിഭജനത്തിന്റെ ഫലമായി രൂപംകൊണ്ട സാമൂഹിക വിഭജനത്തെ സ്ഥായിയായി നിലനിർത്തുന്നു എന്നതാണ് ജാതിയുടെ പ്രത്യേകത. അതിനു വർഗ്ഗേതരമായ ഒരു തലമുണ്ട്. അത് തിരിച്ചറിയാൻ കമ്മ്യൂണിസ്റ്റുകാർക്ക് കഴിഞ്ഞില്ല.

സാമ്പത്തികഘടന മാറിയാലും ജാതി നിലനിൽക്കുന്നത് ആശയപരമായി അതിന് ആഴത്തിലുള്ള സ്വാധീനം കൊണ്ടല്ലേ ?

ആശയം എന്നുള്ളതിനെ കവിഞ്ഞ് മറ്റ് ഒട്ടേറെ സാമൂഹിക ഘടകങ്ങളാണതിനുള്ളത്. ജാതി എന്നത് ജനനം കൊണ്ട് തീരുമാനിക്കപ്പെടുന്നതാണ്. ആശയത്തേക്കാൾ കരുത്തുള്ള

സാമൂഹിക നിർണ്ണയമാണത്. നിങ്ങളുടെ കഴിവുകൾക്കല്ല, നിങ്ങൾ എവിടെ ജനിച്ചു എന്നതിനാണ് പ്രസക്തി. വർഗ്ഗം എന്നത് സാമ്പത്തികമായി നിർണ്ണയിക്കപ്പെടുന്നതാണ്. ഒരാളുടെ സാമ്പത്തിക നില മാറിയാൽ അയാളുടെ വർഗ്ഗം മാറുന്നു. എന്നാൽ ജാതി അങ്ങനെയല്ല. ഒരു പട്ടികജാതിക്കാരൻ വലിയ പണ്ഡിതനായാലും പട്ടികജാതിക്കാരൻ തന്നെയാണ്. ജാതിയെയും വർഗ്ഗത്തെയും തമ്മിൽ വേർതിരിക്കുന്ന സുപ്രധാനഘടകം ഇതാണ്. ജാതിയെ നില നിർത്തുന്നത് ആത്മീയവും മതപരവുമായ പ്രത്യയശാസ്ത്രമാണ്. സാമ്പത്തികവും സാമൂഹികവും പ്രത്യശാസ്ത്രപരവുമായ ഘടകങ്ങളെല്ലാം ചേർന്ന വിധിവിഹിതമായ ഒരു ഭീകരമായ ഘടനയാണത്. കമ്മ്യൂണിസ്റ്റുകാർക്ക് ഇത് ഒട്ടും തന്നെ മനസ്സിലായിട്ടില്ല. അതിനെ ഉപരിഘടനയുടെ നിസ്സാരമായ ഒരു ഘടകമായാണ് അവർ മനസ്സിലാക്കിയത്.

ഇന്ത്യയിലെ കമ്മ്യൂണിസ്റ്റ പ്രസ്ഥാനത്തിന്റെ നേതൃത്വം പൊതുവിൽ സവർണ്ണ വിഭാഗങ്ങളിൽ നിന്നു വന്നവരുടെ കൈയിലായിരുന്നു. അവർ പൂർണ്ണമായും ജാതിമതബോധങ്ങളിൽ നിന്നു വിമുക്തരായിരുന്നോ ? അതല്ലേ ജാതി എന്ന പ്രശ്നത്തോടുള്ള അവരുടെ അലംഭാവത്തിനു കാരണം ?

അതുശരിയാണ്. എന്നാൽ മൗലികചിന്തയുള്ള ഒരാൾ ഈ വക പരിമിതികൾക്കൊന്നും കീഴ്പ്പെട്ടുനിൽക്കില്ല. ബ്രാഹ്മണനായാൽപ്പോലും അയാളുടെ മസ്തിഷകം ഒറിജിനൽ ആണെങ്കിൽ അയാൾ ആ പരിമിതികളെ മറികടക്കും. ജാതിബോധം അയാളെ തടഞ്ഞുനിർത്തില്ല. ഞാനങ്ങനെ വിശ്വസിക്കുന്ന ആളാണ്. മാർക്സിസ്റ്റുകൾ കരുതുന്നതുപോലെ ഒരാളുടെ വർഗ്ഗം അയാളെ പരിമിതപ്പെടുത്തിനിർത്തുമെന്നൊന്നും ഞാൻ കരുതുന്നില്ല. ചിന്താശക്തി ഉണ്ടാകണമെന്നുമാത്രം. അതുണ്ടായില്ല എന്നതാണ് പ്രശ്നം. അതായത്, ഈ യാഥാർത്ഥ്യങ്ങൾ തിരിച്ചറിഞ്ഞ് ഒരു ഇന്ത്യൻ മാർക്സിസ്റ്റ്‌രീതി വികസിപ്പിക്കാൻ കമ്മ്യൂണിസ്റ്റുകാർക്ക് ആർക്കും കഴിഞ്ഞില്ല. മാത്രമല്ല അംബേദ്കറെയൊക്കെ വല്ലാതെ അവഗണിക്കുകയും ചെയ്തു. അവിടെയൊക്കെ സവർണ്ണബോധം പ്രവർത്തിച്ചിട്ടുണ്ടാവാം. അംബേദ്കറെ ബ്രിട്ടീഷ് ഏജന്റായി മുദ്രകുത്തി നശിപ്പിച്ചുകളയുകയാണവർ ചെയ്തത്.

ഇന്ത്യൻ സമൂഹത്തെ വിശകലനം ചെയ്യുന്നതിൽ അംബേദ്കറുടെ പ്രസക്തി എന്താണ് ?

ഇന്ത്യൻ സമൂഹത്തിന്റെ സവിശേഷത വളരെ ഭംഗിയായി ചൂണ്ടിക്കാണിക്കാൻ അംബേദ്കർക്ക് കഴിഞ്ഞു എന്നതാണ്

അദ്ദേഹത്തിന്റെ പ്രസക്തി. ഇന്ത്യൻ ജാതിവ്യവസ്ഥ സൃഷ്ടിച്ച സാമൂഹിക മുരടിപ്പിന്റെ അടിവേരുകളെയും ഘടനാപരമായ പ്രശ്നങ്ങളെയും കണ്ടെത്താൻ ശ്രമിച്ചത് അംബേദ്കറാണ്. അതേസമയം അംബേദ്കർ തെറ്റായ ചില നിഗമനങ്ങളിൽ എത്തിച്ചേരുന്നുണ്ടെന്നും എനിക്ക് അഭിപ്രായമുണ്ട്. ജാതി എന്നാൽ ഹിന്ദുമതമാണെന്നും ഹിന്ദുമതം ഇല്ലാതായാൽ ജാതിവ്യവസ്ഥ ഇല്ലാതാവും എന്നൊക്കെയുള്ള നിഗമനങ്ങളിൽ അദ്ദേഹം എത്തിച്ചേരു ന്നുണ്ട്. അതിൽ കുറച്ച് തകരാറുണ്ട്. കാരണം, ഹിന്ദു സമൂഹം എന്നത് വലിയൊരു യാഥാർത്ഥ്യമായിട്ട് നിൽക്കുന്നുണ്ട്. അതിൽ ജാതിഘടന നിർണ്ണായകം തന്നെയാണ്. സംശയമില്ല. പക്ഷെ, ആ ജാതിഘടന പോയിക്കഴിഞ്ഞാലും അവശേഷിക്കുന്ന കുറെ ഘടകങ്ങൾ അതിലുണ്ടാകും.

ജാതി വ്യവസ്ഥയെ എങ്ങനെയാണ് നേരിടുക ?

ഞാൻ അംബേദ്കറുടെ നിലപാടുകളെയാണ് പൊതുവെ സ്വീകരിച്ചുകൊണ്ടിരുന്നത്. സമ്പത്തും അധികാരവും സാമൂഹികാസ്തിത്വത്തിന്റെ രണ്ടു സുപ്രധാന ഘടകങ്ങളാണ്-പ്രത്യേകിച്ചും ആധുനിക ജനാധിപത്യ സംവിധാനത്തിൽ. സമ്പത്തും അധികാരവും മുഴുവൻ ഒരു ചെറിയ വിഭാഗത്തിന്റെ കൈപ്പിടിയിൽ നിലനിർത്തി ബാക്കിയുള്ള വരെ മുഴുവൻ സാമൂഹികമായി അടിച്ചമർത്താനാണ് ജാതിയെ ഉപയോഗിച്ചുകൊണ്ടിരുന്നത്. ഇതു പരിഹരിക്കണമെങ്കിൽ തിരിച്ച് ഈ അധികാരവും സമ്പത്തും തുല്യമായി പങ്കുവെയ്ക്കപ്പെടണം. അധികാരത്തിന്റെ പ്രശ്നമാണ് നിർണ്ണായകം. കാരണം, സമ്പത്ത് അധികാരവുമായി ബന്ധപ്പെട്ടാണ് വരുന്നത്. അധികാരമുണ്ടെങ്കിൽ നിങ്ങൾക്ക് സമ്പത്ത് വിതരണം ചെയ്യാനുള്ള നിയമങ്ങളുണ്ടാക്കാം. അപ്പോൾ അധികാരത്തിന്റെ പങ്കുവെക്കലിലേയ്ക്കാണ് തിരിയേണ്ടതെന്നും, ജാതിപ്രശ്നം പരിഹരിക്കാനുള്ള നിർണ്ണായക ഘടകം അതാണെന്നും, മിശ്രവിവാഹം പോലുള്ളവയൊന്നും അതിനു പരിഹാരമല്ല എന്നുമുള്ള അംബേദ്കറുടെ നിലപാട് ശാസ്ത്രീയമാണെന്നു തന്നെയാണ് എന്റെ അഭിപ്രായം. പക്ഷെ ഇന്നത്തെ ജനാധിപത്യ സംവിധാനത്തിൽ രാഷ്ട്രീയം പലതരത്തിലുള്ള ജീർണ്ണതകളിൽ അകപ്പെട്ടിരിക്കുകയാണ്. അത് വോട്ടു ബാങ്ക് രാഷ്ട്രീയവും കച്ചവട രാഷ്ട്രീയവുമായി അധഃപതിച്ചിട്ടുണ്ട്. അതുകൊണ്ട് വെറും അധികാരം പങ്കുവെക്കുന്നതുകൊണ്ട് അടിസ്ഥാനപരമായ മാറ്റങ്ങളൊന്നും ഉണ്ടാകുന്നില്ല എന്നതാണ് പ്രശ്നം.

ഭക്തിപ്രസ്ഥാനവും ജനാധിപത്യവൽക്കരണവും

ഇന്ത്യയിലെ ജാതിവിരുദ്ധ പ്രസ്ഥാനങ്ങൾക്ക് ഒന്നിനും കാര്യമായ വേരുകൾ പടർത്താൻ കഴിഞ്ഞിട്ടില്ല. ബ്രാഹ്മണമൂല്യങ്ങളിൽ അധിഷ്ഠിതമായ സമൂഹം അവയെ വിഴുങ്ങുകയല്ലേ ചെയ്തിട്ടുള്ളത് ?

അങ്ങനെ സംഭവിച്ചിട്ടുണ്ട്. എങ്കിലും പൂർണ്ണമായും അങ്ങനെയായിരുന്നു എന്നു പറയാനാവില്ല. അത്തരം പ്രസ്ഥാനങ്ങൾ അവയുടേതായ പങ്കുവഹിച്ചിട്ടുണ്ടെന്ന അഭിപ്രായമാണ് എനിക്കുള്ളത്. ഇന്ത്യയിലെ ജനാധിപത്യവൽക്കരണം രണ്ടു ധാരകളായിട്ടാണ് നടന്നിട്ടുള്ളത്. ഇന്ത്യൻ ചരിത്രത്തിൽ കാര്യമായി ചർച്ച ചെയ്യപ്പെടാത്ത ഒരു വശമാണത്. അതേക്കുറിച്ച് ഞാൻ അടുത്തകാലത്ത് എവിടെയോ എഴുതിയിട്ടുണ്ട്. അതായത് പടിഞ്ഞാറൻ രാജ്യങ്ങളിൽ ജനാധിപത്യവൽക്കരണം നടന്നത് രാജഭരണത്തെ, കുലീന വിഭാഗങ്ങൾക്കുമാത്രം അധികാരം എന്നുള്ളതിനെ ചോദ്യം ചെയ്തുകൊണ്ടായിരുന്നുവല്ലോ. ഫ്യൂഡൽ ഘടനയെ തകർക്കുക എന്നതായിരുന്നു ജനാധിപത്യവിപ്ലവം. ആ വിപ്ലവങ്ങൾ അവിടെ നടക്കുമ്പോൾ ഇവിടെ അതിനു സമാനമായി നടന്നത് ഭക്തിപ്രസ്ഥാനമാണ്. ഭക്തിപ്രസ്ഥാനത്തിന്റെ പ്രശ്നം ഭക്തിയെത്തന്നെ കുത്തകയാക്കിവെയ്ക്കുന്ന ഒരു അവസ്ഥയെ ചോദ്യം ചെയ്യലായിരുന്നു. ബ്രാഹ്മണിക്കലായ ഘടനയ്ക്കെതിരായ ഒരു കലാപമായിരുന്നു അത്. ഇവിടുത്തെ ജനാധിപത്യവൽക്കരണ പ്രക്രിയയിലെ, വർണ്ണ ജാതിവ്യവസ്ഥ സൃഷ്ടിച്ച അവകാശകേന്ദ്രീകരണത്തെ ചോദ്യം ചെയ്യുന്ന ഒരു ജനാധിപത്യവിപ്ലവമാണ് ശരിക്കും ഭക്തിപ്രസ്ഥാനം. യൂറോപ്പിൽ വരേണ്യഭാഷകളായ ഗ്രീക്ക്, ലാറ്റിൻ തുടങ്ങിയ ഭാഷകൾക്കെതിരായ കലാപത്തിലൂടെയാണല്ലോ ദേശീയതകളും പ്രാദേശിക ഭാഷകളായ ഇംഗ്ലീഷും

ഫ്രഞ്ചും മറ്റും വളരെ ചുരുങ്ങിയ കാലം കൊണ്ട് ഉയർന്നുവന്നത്. അതുപോലെ വരേണ്യഭാഷയായ സംസ്കൃതത്തിനെതിരായി ഭക്തിപ്രസ്ഥാനകാലത്ത് നിരവധി പ്രാദേശികഭാഷകൾ ഉയർന്നുവരികയുണ്ടായി. നമ്മുടെ എഴുത്തച്ഛന്റെ മലയാളം അങ്ങനെ ഉയർന്നുവന്നതാണ്. എന്നാൽ ഭക്തിപ്രസ്ഥാനം മുന്നോട്ടുപോയില്ല.

എഴുത്തച്ഛന്റെ മലയാളത്തിൽ സംസ്കൃതത്തിന്റെ ആധിക്യം വളരെ ഉണ്ടല്ലോ ? എന്നാൽ എഴുത്തച്ഛനുമുമ്പുണ്ടായിട്ടുള്ള പൂന്താനത്തിന്റെ ജ്ഞാനപ്പാനയിലൊക്കെ സംസ്കൃത സ്വാധീനം വളരെ കുറവാണ്. മാത്രമല്ല, എഴുത്തച്ഛൻ കൃതികളുടെ പ്രത്യയശാസ്ത്രം ബ്രാഹ്മണിക്കൽ അല്ലേ ?

അതുണ്ട്. പക്ഷെ അതിന്റെ പ്രാധാന്യം അതല്ല. ബ്രാഹ്മണർ മാത്രമേ വേദേതിഹാസങ്ങൾ കൈകാര്യം ചെയ്യാൻ പാടുള്ളൂ എന്ന വരേണ്യനിയമത്തെ ലംഘിച്ചു എന്നതാണ് എഴുത്തച്ഛന്റെ കാര്യത്തിലുള്ള പ്രധാന ഘടകം. ചക്കാലനായർ അതു ചെയ്തു എന്നതാണ് അതിന്റെ പ്രാധാന്യം. അതൊരു വലിയ വിച്ഛേദം തന്നെയാണ്. ഭക്തി പ്രസ്ഥാനത്തിന്റെ സ്വഭാവത്തിൽ വരുന്ന ഒന്നാണത്. അങ്ങനെയാണ് പ്രാദേശിക ഭാഷകൾ പലതും ഇവിടെ പൊന്തിവരുന്നത്. അങ്ങനെയൊരു സാമൂഹിക വിപ്ലവം ഇവിടെ ആരംഭിച്ചതായിരുന്നു. പടിഞ്ഞാറൻ നവോത്ഥാനത്തിനു സമാനമായ ഒന്ന്.

ഭക്തിപ്രസ്ഥാനത്തെ മതനവീകരണ പ്രസ്ഥാനമെന്നു പറയുന്നതല്ലേ ശരി ?

അങ്ങനെ പറയാൻ പറ്റില്ല. ഭക്തിപ്രസ്ഥാനത്തിന്റെ ഏറ്റവും പ്രധാനപ്പെട്ട ഘടകം ജനാധിപത്യവൽക്കരണമാണ്. യൂറോപ്യൻ നവോത്ഥാനത്തിന്റെയും മുഖ്യസ്വഭാവം അതുതന്നെയാണ്. ഫ്യൂഡൽ ഘടനയെ തകർക്കുന്ന പല പുതിയ ആശയങ്ങളും ഭക്തിപ്രസ്ഥാനത്തിൽ ഉടലെടുക്കുന്നുണ്ട്. അടിസ്ഥാനപരമായി അത് ജനാധിപത്യബോധ ത്തിന്റെ വികാസത്തെയാണ് പ്രതിനിധീകരിക്കുന്നത്. ഇന്ത്യയുടെ സവിശേഷ സാഹചര്യങ്ങളിൽ ഭക്തിപ്രസ്ഥാനത്തിന്റെ രൂപം കൈക്കൊണ്ടു എന്നുമാത്രമേയുള്ളൂ. അതേസമയം, മുതലാളിത്തത്തിന്റെ വികാസഫലമായി യൂറോപ്പിൽ രൂപംകൊണ്ട പുതിയ ജനാധിപത്യ രാഷ്ട്രീയ സംവിധാനത്തിന് അനുസൃതമായി മതത്തെ അഡ്ജസ്റ്റ് ചെയ്യാൻ ശ്രമിക്കുകയായിരുന്നു റിഫർമേഷൻ. അതിനുമുമ്പ് മതമായിരുന്നു അധികാരത്തിന്റെ കേന്ദ്രമായിരുന്നത്. പുതിയ സെക്കുലർ ഭരണകൂടം വന്നപ്പോൾ മതത്തിന് അതിൽ നിന്ന് വിട്ടുനിൽക്കേണ്ടിവന്നു.

ആ വിട്ടുനിൽക്കുന്ന പുതിയ സാമൂഹികാന്തരീക്ഷവുമായി പൊരുത്തപ്പെടുത്താവുന്ന രീതിയിൽ മതത്തെ പരിഷ്കരിക്കുകയായിരുന്നു റിഫർമേഷൻ. ഇവിടെ ഭക്തിപ്രസ്ഥാനം ആ രീതിയിലായിരുന്നില്ല.

ഭക്തിപ്രസ്ഥാനം പിന്നീട് മുന്നോട്ടു പോകുന്നില്ലല്ലോ ?

ഇന്ത്യയിലെ ആദ്യത്തെ ജനാധിപത്യധാരയ്ക്ക് തുടക്കംകുറിച്ച ഭക്തിപ്രസ്ഥാനം ഇടയ്ക്കുവെച്ച് പൂർണ്ണമായും വിച്ഛേദിക്കപ്പെടുന്നു ; നിലച്ചുപോകുന്നു. ബ്രിട്ടീഷ് കൊളോണിയൽ മേധാവിത്വം വരുന്നതോടുകൂടി ആ ജനാധിപത്യവൽക്കരണപ്രക്രിയ തകിടംമറിയുകയാണ് ചെയ്യുന്നത്. അതുകൊണ്ട് എന്താണ് സംഭവിക്കുന്നത് ? കൊളോണിയൽ മേധാവിത്വത്തിനെതിരായ സമരം വേറൊരു വർഗ്ഗത്തിന് ഏറ്റെടുക്കേണ്ടിവന്നു. ഇപ്പോൾ നമ്മൾ ഒന്നാം സ്വാതന്ത്ര്യസമരം എന്നൊക്കെ വിശേഷിപ്പിക്കുന്നതൊക്കെ ഫ്യൂഡൽ പ്രഭുക്കന്മാരും രാജാക്കന്മാരും മറ്റുമല്ലേ ചെയ്യുന്നത്. യൂറോപ്പിലാകെ ഈ ഫ്യൂഡൽ വർഗ്ഗത്തെ തകർത്തുകൊണ്ട് അടിത്തട്ടിലുള്ള ആളുകളാണ് സമരം ചെയ്ത് ജനാധിപത്യത്തിലേക്കുവരുന്നത്. അതേ സമയം ഇവിടെ തകർക്കപ്പെടേണ്ട ആളുകൾ ജനാധിപത്യത്തിന്റെ ആളുകളായിമാറുന്ന എന്ന വിരോധാഭാസമാണ് സംഭവിച്ചത്. യഥാർത്ഥ ജനാധിപത്യവിപ്ലവം ഇവിടെ തുടങ്ങുന്നത് ഭക്തിപ്രസ്ഥാനത്തിലൂടെ സാധാരണക്കാരാണ്. അത് നിലച്ചുപോയെങ്കിലും ഇന്ത്യാ ചരിത്രത്തിൽ ഈ ആദ്യത്തെ ധാര രണ്ടാമത് തലപൊക്കുന്നതാണ് ജാതിവിരുദ്ധ പ്രസ്ഥാനങ്ങൾ. അവ അടിസ്ഥാനപരമായ ജനാധിപത്യത്തിനു വേണ്ടി വാദിച്ച പ്രസ്ഥാനങ്ങളാണ്. അതുകൊണ്ടുതന്നെയാണ് ദേശീയ സ്വാതന്ത്ര്യസമരപ്രസ്ഥാനവും ഈ പ്രസ്ഥാനവും തമ്മിൽ വൈരുദ്ധ്യമുണ്ടായത്. അംബേദ്കറും ശ്രീനാരായണഗുരുവും കുമാരനാശാനുമൊക്കെ ബ്രിട്ടീഷ് ഏജന്റുമാരായി മുദ്രകുത്തപ്പെടാൻ കാരണം അവർ അടിസ്ഥാനപരമായ ജനാധിപത്യത്തിനുവേണ്ടി വാദിച്ചുവെന്നതാണ്. ഇന്ത്യൻ സമൂഹത്തിന്റെ അടിസ്ഥാനപരമായ ജനാധിപത്യവൽക്കരണം ഇതാണെന്നാണ് ഞാൻ പറയുന്നത്. ഇപ്പോഴും പൂർത്തീകരിച്ചിട്ടില്ലാത്തതും നടന്നുകൊണ്ടിരിക്കുന്നതുമായ ജനാധിപത്യവൽക്കരണം.

ജാതിവിരുദ്ധ പ്രസ്ഥാനങ്ങൾ ഇപ്പോൾ വീണ്ടും ബ്രാഹ്മണിസ്റ്റ് പ്രത്യയശാസ്ത്രത്തെ ഉൾക്കൊണ്ട് വളരുകയല്ലേ ? ശ്രീനാരായണ പ്രസ്ഥാനമൊക്കെ ബ്രാഹ്മണീകരിക്കപ്പെട്ടിട്ടില്ലേ ?

അതെ, അതിന്റെയൊരു പ്രധാന കാരണം ഇത് നടക്കേണ്ട സമയങ്ങളിൽ മുന്നോട്ടുപോയില്ല എന്നതാണ്. വൈകിപ്പോയി.

വേറെ ഘടനകൾ പൊന്തിവന്നിരിക്കുന്നു. രാഷ്ട്രീയാധികാരമൊക്കെ കൈകാര്യം ചെയ്യുന്ന വളരെ സങ്കീർണ്ണമായ ഘടനയ്ക്കകത്തേക്കാണിവ കടന്നുവരുന്നത്. നിവർത്തന പ്രക്ഷോഭമൊക്കെ മുന്നോട്ടുപോയി എസ്.എൻ.ഡി.പി.യൊക്കെ രാഷ്ട്രീയാധികാര ശക്തിയായി മാറിയിരുന്നെങ്കിൽ കേരളത്തിന്റെ ചരിത്രം വേറെയായേനെ. ഇവിടെ കോൺഗ്രസ്സുകാരും കമ്മ്യൂണിസ്റ്റുകാരും അവരെയൊക്കെ പങ്കിട്ടെടുത്തു. ഓരോ കാലഘട്ടത്തിൽ നടക്കേണ്ട ചരിത്രപ്രക്രിയകൾ കാലം വൈകി വേറൊരു സന്ദർഭത്തിൽ നടക്കുമ്പോഴുണ്ടാകുന്ന സങ്കീർണ്ണതകൾ ആണിത്. ഇപ്പോൾ രാഷ്ട്രീയാധികാരം എന്നൊക്കെ പറഞ്ഞാൽ വേറെ രീതിയിൽ കൈകാര്യം ചെയ്യുന്ന വലിയ തലങ്ങൾ കൈവന്നിരിക്കുന്നു. ബിസിനസ്സ് ലോബികളും കമ്മ്യൂണിക്കേഷൻ സംവിധാനങ്ങളും ഒക്കെ ചേർന്നുള്ള ഒരുതരം ഡീലിംഗുകളായിമാറിയിരിക്കുന്നു. അവിടെ ജാതിപ്രശ്നം പോലുള്ളവ പരിഹരിക്കുന്നത് അപ്രധാനമായിമാറുന്നു. രാഷ്ട്രീയാധികാരം ദല്ലാൾപ്പണിയായി മാറിക്കഴിഞ്ഞിരിക്കുന്നു. അതിന്റെ ഇടയിൽ പഴയ ആശയങ്ങളുടെ സംശുദ്ധിവെച്ചിട്ടൊന്നും പ്രവർത്തിക്കാൻ പറ്റാതെവരുന്നു. അതുകൊണ്ടുതന്നെ അന്നത്തെ ആശയങ്ങൾ അപ്രസക്തമായിത്തീരുന്നുവെന്ന പ്രശ്നമുണ്ട്. അംബേദ്കറുടെ നിലപാടുകളെ ആസ്പദമാക്കിക്കൊണ്ട്, പിന്നോക്ക-ന്യൂനപക്ഷ-ദളിത് വിഭാഗങ്ങൾ രാഷ്ട്രീയശക്തിയായി ഉയർന്നുവരേണ്ടതുണ്ട് എന്ന് അംഗീകരിച്ചു പോരുന്ന ആളാണ് ഞാൻ. സൈദ്ധാന്തികമായി അത് ശരിയാണ്. പക്ഷെ, പുതിയ യാഥാർത്ഥ്യങ്ങൾ ഇതിനെ മുഴുവൻ അട്ടിമറിക്കുന്നുണ്ട്. ഈ വിഭാഗത്തിൽ നിന്നുതന്നെ ഒരു പുതിയ ദല്ലാൾവർഗ്ഗം ഉയർന്നുവരുന്നു. അങ്ങനെ ഒട്ടേറെ പ്രശ്നങ്ങളുണ്ട്.

കേരളത്തിലെ ജാതിസംഘടനകൾ ഇപ്പോൾ ജാതിവിരുദ്ധതയൊന്നും പ്രസംഗിക്കുന്നില്ല. ജാതിസ്വത്വത്തെ മഹത്വീകരിക്കാനുള്ള പ്രവണതയാണല്ലോ അവ പ്രകടിപ്പിക്കുന്നത് ?

അതിലെനിക്ക് ഒരു ഭിന്നാഭിപ്രായമുണ്ട്. ജാതിനശീകരണം എന്നു പറയുമ്പോൾ, ജാതിവിഭജനം എന്ന അർത്ഥത്തിലുള്ള പേരുകളെയോ ആ സംസ്കൃതിയെയോ ഇല്ലായ്മചെയ്യലല്ല ലക്ഷ്യമാക്കേണ്ടത്. ഇപ്പോൾ മുസ്ലീം-ക്രിസ്ത്യൻ മതങ്ങളിൽ ഒട്ടേറെ ഉപവിഭാഗങ്ങളുണ്ട്. ചെറിയ ചെറിയ സോഷ്യൽ ഗ്രൂപ്പുകളാണവ. അവയെല്ലാം ഇല്ലായ്മചെയ്യപ്പെടണം എന്നതിൽ വലിയ അർത്ഥമൊന്നുമില്ല. അവർ തമ്മിൽ വിവേചനമുണ്ടോ എന്നുള്ളതാണ് പ്രശ്നം. അവിടെ വിവേചനം കുറവാണ്. ജാതിപരമായ വിവേചനം പോലത്തെ വിവേചനമല്ല

അവിടെയുള്ളത്. ഇവിടുത്തെ ജാതിയുടെ സ്വാധീനത്തിൽ മുസ്ലീംകളുടെയും ക്രിസ്ത്യാനികളുടെയും ഇടയിൽ ജാതി വേറൊരു തരത്തിലുണ്ട്. അല്ലാതുള്ള ഉപവിഭാഗങ്ങളുണ്ട്. ആ ഉപവിഭാഗങ്ങൾക്കൊക്കെ ഒരു സാംസ്കാരിക പാരമ്പര്യമുണ്ട്. പ്രത്യേകിച്ച് അവരുടെ വിവാഹരീതികളും മറ്റു ചടങ്ങുകളുമൊക്കെ. അവയൊക്കെ മാറ്റണമെന്നു പറയുന്നതിൽ എന്തർത്ഥമാണുള്ളത്?

വിഭജനം ഉള്ളതുകൊണ്ടല്ലേ വിവേചനം ?

അല്ല. ഒരു പ്രദേശത്തിന്റെ സവിശേഷതകളിൽ നിന്ന് നൂറ്റാണ്ടുകളിലൂടെ ഉരുത്തിരിഞ്ഞുവരുന്നതാണ് ഒരു സംസ്കൃതി. ആ ഒരു പാരമ്പര്യത്തെ നിഷേധിക്കാൻ ആർക്കും എളുപ്പമല്ല. ആ പാരമ്പര്യമാണ് വിഭജനമായി മാറുന്നത്. ഇപ്പോൾ മലയാളിയും തമിഴനും തമ്മിലുള്ള വിഭജനം നമുക്കാർക്കും നിഷേധിക്കാനാവില്ല. ഇന്ത്യൻ സമൂഹത്തിനകത്തുള്ള വിഭജനങ്ങളാണത്. അത് വിവേചനമായി മാറുമ്പോഴാണ് പ്രശ്നം. തമിഴന് ഒരാനുകൂല്യം കിട്ടുമ്പോൾ മലയാളിക്ക് കിട്ടുന്നില്ല എന്നിടത്തേ പ്രശ്നമുള്ളൂ. ജാതിനശീകരണം എന്നു പറയുമ്പോൾ ജാതി പേരില്ലാതാക്കലോ ആ സമൂഹമില്ലാതാക്കലോ അല്ല എന്നാണ് പ്രധാനമായും ഞാൻ നിർവ്വചിക്കാൻ ശ്രമിക്കാറുള്ളത്. ജാതിവിവേചനമില്ലായ്മയാണ് നമ്മുടെ ലക്ഷ്യം. അതുകൊണ്ട് അവരുടെ പാരമ്പര്യങ്ങൾ വേണ്ടെന്നുവെയ്ക്കണ്ട. ഈഴവസമൂഹം അവരുടെ പ്രത്യേക വിവാഹരീതികളും പൂജാകർമ്മങ്ങളും ചട്ടങ്ങളും മറ്റും മാറ്റണം എന്നു പറയുന്ന തിൽ അർത്ഥമില്ല. അത് ബ്രാഹ്മണവൽക്കരിക്കപ്പെടുന്നുണ്ടോ ഇല്ലയോ എന്നുള്ളതൊക്കെ പരിശോധിക്കാവുന്ന വേറെ കാര്യം. ഓരോരുത്തർക്കും അവരവരുടേതായ ചരിത്രമുണ്ട്. ആ ചരിത്രം നിലനിർത്താനൊക്കെ അവരൊക്കെ ആഗ്രഹിക്കുന്നുണ്ട്. അതൊന്നും വേണ്ടാ എന്നു പറയുന്നതിലർത്ഥമില്ല. അത്തരം ഉപസമൂഹങ്ങൾ നിലനിർത്തുന്നത് ജനാധിപത്യപ്രക്രിയയുടെ ഒരു ഭാഗമാണ്. ആഗോളവൽക്കരണത്തിന്റെ ഫലമായി അതൊക്കെ ഇല്ലായ്മ ചെയ്യപ്പെടുന്നു എന്നതാണിപ്പോഴത്തെ പരാതി.

ഉത്തരാധുനിക ചിന്തകൾ സ്വത്വവാദത്തെ ഉയർത്തിക്കൊണ്ടുവരുന്നുണ്ട്. അതിന്റെ അടിസ്ഥാനത്തിൽ പലരും സ്വത്വത്തെ മഹത്വവൽക്കരിക്കാൻ ശ്രമിക്കുന്നുണ്ടല്ലോ ?

മഹത്വീകരിക്കുന്നതിലൊന്നും യാതൊരർത്ഥവുമില്ല എന്ന അഭിപ്രായമാണെനിക്കുള്ളത്. മലയാളി ഒട്ടേറെ മാറ്റങ്ങൾക്ക് വിധേയനാവുന്നുണ്ടെങ്കിലും തനതായ ഒന്നും മാറുന്നില്ല.

മലയാളി സ്വത്വബോധം എന്നു പറയുന്നത് ഉണ്ട് എന്നത് ഒരു വസ്തുതയാണ്. മലയാളി എന്നു പറയുന്ന ഒരു കൂട്ടായ്മയുണ്ട്. കൂട്ടായ്മ എന്നത് സമൂഹബോധത്തിൽ നിന്നുണ്ടാകുന്നതാണ്. ഭാഷയിലധിഷ്ഠിതമായ ദേശീയബോധം മറ്റെന്തിനെക്കാളും മെച്ചപ്പെട്ടാണ്. സെക്കുലറാണത്. ഭാഷാധിഷ്ഠിതമായ ഐക്യം മതജാതികൾക്കതീതമായ ഒരു സാമൂഹ്യബോധം ഉണ്ടാക്കുന്നുണ്ട്. സെക്കുലർ ദേശീയതയുടെ അടിസ്ഥാനമായി ഭാഷ മാറുന്നതിന്റെ കാരണമതാണ്. അത് പോസിറ്റീവ് ആണ്. ഭാഷ നിലനിൽക്കുന്നിടത്തോളം കാലം ഈ സ്വത്വബോധം നിലനിൽക്കും. അതു തെറ്റല്ല. പക്ഷെ അതിനെ മഹത്വവൽക്കരിച്ച്, അതിൽ യാതൊരുവിധത്തിലുമുള്ള മാറ്റവും പാടില്ല എന്നു പറയുന്നിടത്താണ് തകരാറ്.

മലയാളിക്ക് തനതായ ഒരു സ്വത്വമുണ്ടോ ? മറ്റു സമൂഹങ്ങളിൽ നിന്നും സംസ്കാരങ്ങളിൽ നിന്നുമൊക്കെ ഉൾക്കൊണ്ടിട്ടാണല്ലോ മലയാളികൾ വികസിച്ചിട്ടുള്ളത് ?

അത് എല്ലാ സമൂഹങ്ങളും ചെയ്യുന്നുണ്ട്. മറ്റൊരു സംസ്കാരത്തിൽ നിന്ന് മലയാളികൾ ഒരു കാര്യം സ്വാംശീകരിക്കുമ്പോൾ അത് വ്യത്യസ്തമാകുന്നു. അതേകാര്യം തമിഴൻ സ്വാംശീകരിച്ച് തന്റെ സംസ്കാരത്തിന്റെ ഭാഗമാക്കുമ്പോൾ അത് മറ്റൊന്നാകുന്നു. അങ്ങനെ അതിന്റെ തനതായ ഒരു ചരിത്രം പിന്നെയും സൃഷ്ടിക്കപ്പെട്ടുകൊണ്ടിരിക്കുന്നു. അപ്പോൾ മലയാളി ബേസിൽനിന്നുണ്ടാകുന്ന പരിണാമങ്ങൾ, വികാസങ്ങൾ-എല്ലാം തന്നെ മലയാളി സ്വത്വബോധത്തിന്റെ ഭാഗമായി തനതായ രീതിയിൽ തന്നെ നിലനിൽക്കുന്നു.

ആഗോളവൽക്കരണം കൊണ്ട് കുറെ ഗുണങ്ങൾ ഉണ്ടാവില്ലേ ? സങ്കുചിത കാഴ്ചപ്പാടുകളെ കുറെയൊക്കെ മാറ്റാൻ അത് ഇടയാക്കില്ലേ ?

തീർച്ചയായിട്ടും. ആഗോളവൽക്കരണം രണ്ടു രീതിയിലാണ് നടക്കുന്നത്. ഒന്ന് നമ്മൾ എപ്പോഴും പറയാറുള്ളതുപോലെ അടിച്ചമർത്തലിന്റെ രീതിയിൽ. സാംസ്കാരികമേഖലയിൽ നോക്കിയാൽ എല്ലാം അടിച്ച മർത്തപ്പെടുന്നു എന്നാണ് പറയപ്പെടുന്നത്. എന്നാൽ അങ്ങനെയല്ല എന്നാണ് എന്റെ അഭിപ്രായം. നമ്മൾ സ്വാംശീകരിക്കുമ്പോൾ നമ്മുടെതായ രീതിയിൽ അത് വികസിക്കുകയാണ് ചെയ്യുന്നത്. അല്ലാതെ നമ്മുടെതായതിനെ ഇല്ലാതാക്കുകയല്ല ചെയ്യുന്നത്. അതു പുതിയ സൃഷ്ടിയായിമാറുകയാണ്. പുറത്തുനിന്നു കിട്ടുന്ന ഒരു വിവരവും ഒരു സംസ്കാരവും, ഒരു ഘടകവും നമ്മുടെ തനതായതുമായിക്കൂടിച്ചേർന്ന് വ്യത്യസ്തമായ ഒന്നായിമാറുന്നു. അതിനെ ഭയപ്പെടേണ്ടതില്ല എന്ന അഭിപ്രായമാണെനിക്കുള്ളത്.

ഇന്ത്യയുടെ വികസനം തനതായ രീതിയിൽ സാദ്ധ്യമായില്ല അല്ലേ ?

'ഇന്ത്യൻ ബിഗ് ബൂർഷ്വാസി' എന്ന കൃതി എഴുതിയ സുനീതികു മാർഘോഷ് സ്ഥാപിക്കാൻ ശ്രമിച്ച ഒരു കാര്യം ബ്രിട്ടീഷുകാർ ഇവിടെ വരുന്ന സമയത്ത് യൂറോപ്പിലെ പല നഗരങ്ങളുടെയും വികസനത്തിനു തുല്യമായി ഇന്ത്യയിലെ ബനാറസ്, കാശി തുടങ്ങിയ നഗരങ്ങളെല്ലാം വികസിച്ചിട്ടുണ്ടായിരുന്നുവെന്നാണ്. യൂറോപ്യൻ നവോത്ഥാനത്തിന്റെ പല അംശങ്ങളുമുള്ള ഭക്തിപ്രസ്ഥാനത്തോടൊപ്പം തന്നെ വ്യാപാര വ്യവസായ മേഖലകളും വികാസം പ്രാപിച്ചിരുന്നു. ടെക്സ്റ്റൈൽ രംഗത്തെ വികാസമാണ് വ്യവസായ വിപ്ലവത്തിന്റെ ഏറ്റവും പ്രധാനപ്പെട്ട ഘടകം. ലോകനിലവാരത്തിലുള്ള ടെക്സ്റ്റൈൽ കേന്ദ്രങ്ങൾ ഇന്ത്യയിലുണ്ടായിരുന്നു. ആ നിലയ്ക്ക് ഒട്ടും മോശമല്ലാത്ത സ്വതസിദ്ധമായ വികാസം ഇന്ത്യയിലുണ്ടായിരുന്നു. ഇത് ദേശീയവാദത്തിന്റെ വെറും പ്രചാരണമായിരുന്നില്ല. യൂറോപ്യൻ രാഷ്ട്രങ്ങളെല്ലാം സ്വതന്ത്രമായി വളർന്ന് ഇപ്പോൾ ഒന്നിക്കുന്നു. വളരെ ആരോഗ്യകരമായ ഒരു പ്രക്രിയയാണത്. ഈസ്റ്റിന്ത്യാ കമ്പനിക്കാർക്ക് കടംകൊടുത്തിരുന്ന ഇന്ത്യൻ കച്ചവടക്കാരുണ്ടായിരുന്നു.

സ്വാഭാവികമായി തകരുമായിരുന്ന ഇന്ത്യൻ ഫ്യൂഡൽ വ്യവസ്ഥയെ ബ്രിട്ടീഷ് കൊളോണിയലിസം പിടിച്ച് നിർത്തുകയായിരുന്നു-പെർമനന്റ് സെറ്റിൽമെന്റും റയട്ടുവാരി സമ്പ്രദായവുമൊക്കെ ഉണ്ടാക്കിയിട്ട്. അതിന്റെ മുകളിലാണ് പരിഷ്ക്കരണങ്ങളൊക്കെ കൊണ്ടുവന്നത്. അങ്ങനെ ഇന്ത്യയിൽ രണ്ടു നൂറ്റാണ്ടിന്റെ വിടവുണ്ട്.

മാർക്സിസവും ഹ്യൂമനിസവും

സാഹചര്യമാണ് എല്ലാറ്റിനെയും നിർണ്ണയിക്കുന്നത് എന്ന നിലപാടാണ് സാമ്പ്രദായിക മാർക്സിസത്തിനുള്ളത്. അവിടെ വ്യക്തിയുടെ പ്രാധാന്യം അപ്രസക്തമാകുന്നു, അല്ലേ ?

അതെ, നിങ്ങളുടെ പ്രതിഭയ്ക്കും വ്യക്തിത്വത്തിനും ഒരു സ്ഥാനവുമില്ലാതാവുന്നു. ഗാന്ധിയും മറ്റും ഇതിനു പകരം വ്യക്തിയിൽ ഏകപക്ഷീയമായി ഊന്നുകയാണ് ചെയ്യുന്നത്. ഇതേ തകരാറ് എം. എൻ. റോയിയിലും കാണാം. വ്യക്തിയുടെ പ്രതിഭയെയും അനിവാര്യമായ സാഹചര്യങ്ങളെയും തമ്മിൽ സമന്വയിപ്പിച്ചുകൊണ്ട് സമഗ്രമായ ഒരു കാഴ്ചപ്പാട് രൂപീകരിക്കാൻ ഡയലറ്റിക്സിലൂടെ മാത്രമേ കഴിയൂ. പ്രാകൃതികവും സാമൂഹികവുമായ അനിവാര്യ സാഹചര്യങ്ങളും വളരെ യാദൃച്ഛികമായി ലഭിക്കുന്ന മറ്റ് ഒട്ടേറെ ഘടകങ്ങളും ഒന്നു ചേർന്നാണ് വ്യത്യസ്തതകളും വൈവിദ്ധ്യങ്ങളും ഉണ്ടാകുന്നത്. ആ വൈവിദ്ധ്യങ്ങളാണ് പ്രകൃതിയെയും സമൂഹത്തെയുമെല്ലാം ചലനാത്മകമാക്കുന്നത്. യാന്ത്രികമല്ലാതാക്കുന്നത്. അതേസമയം ഒട്ടും തന്നെ അരാജകമാക്കി മാറ്റുന്നുമില്ല. പടിഞ്ഞാറൻ സയൻസ് ഈ മേഖലയിൽ തികച്ചും വഴിമുട്ടി നിൽക്കുകയാണ്. ഒരു വശത്ത് എല്ലാം യാദൃച്ഛികമാണ്. മറുവശത്ത് എല്ലാം നിർണ്ണീതമാണ്. ഈ നിലപാടുകളുടെ ഇടയിൽ നിന്നു കളിക്കുകയാണ് പാശ്ചാത്യ സയൻസ്. അതിനൊരു ഫിലോസഫിക്കൽ ടൂൾ ഇല്ല. ഇങ്ങനെയുള്ള കാര്യങ്ങൾ വിശദീകരിക്കാൻ വളരെ ശക്തമാണ് ഡയലറ്റിക്സ് എന്ന കാര്യം എനിക്ക് ബോദ്ധ്യപ്പെട്ടു. കമ്മ്യൂണിസ്റ്റ് രാഷ്ട്രങ്ങളൊന്നും തന്നെ ഈ ഫിലോസഫി ഒട്ടും വികസിപ്പിച്ചിട്ടില്ല. ഞാൻ ഒരുപാട് അന്വേഷിച്ചുനോക്കിയിട്ടുണ്ട്. മാവോയൊക്കെ പറഞ്ഞിട്ടുണ്ടെന്നല്ലാതെ, ചൈനീസ് സയൻസിലോ ഫിലോസഫിയിലോ ഇങ്ങനെയൊരു ചർച്ച ഇല്ല. ഡേവിഡ് ബോം എന്ന ബ്രിട്ടീഷ്

ആസ്ട്രോഫിസിസിസ്റ്റിന്റെ ഒരു പുസ്തകമാണ് ഈ ദിശയിൽ ഞാൻ ആകെ കണ്ടിട്ടുള്ളത്. ഞാൻ അതിൽ നിന്ന് ഉദ്ധരിച്ചിട്ടുണ്ട്. ആധുനിക ഭൗതികത്തിലെ പ്രശ്നങ്ങളെ ഡയലറ്റിക്സുമായി ബന്ധപ്പെടുത്തി വിശദീകരിക്കാൻ കുറച്ചെങ്കിലും ശ്രമിച്ചിട്ടുള്ളത് അദ്ദേഹമാണ്. എങ്കിലും ഞാനീപറഞ്ഞ തലങ്ങളിലേക്കൊന്നും അതെത്തിച്ചേരുന്നില്ല.

ഡയലറ്റിക്കൽ ലോജിക്കും ഫോർമൽ ലോജിക്കും തമ്മിൽ വൈരുദ്ധ്യത്തിന്റെ ആവശ്യമുണ്ടോ ? ഡയലറ്റിക്കൽ ലോജിക്കിന്റെ പല തത്ത്വങ്ങളും ഫോർമൽ ലോജിക്കിനു വിരുദ്ധമല്ല എന്ന ഒരു വാദമുണ്ടല്ലോ ?

അതുശരിതന്നെയാണ്. ന്യൂട്ടോണിയൻ മെക്കാനിക്സും ക്വാണ്ടം മെക്കാനിക്സും എന്നു പറയുന്നതുപോലെയാണ് അവരണ്ടും. ന്യൂട്ടോണിയൻ മെക്കാനിക്സ് ഒരു പ്രത്യേക മേഖലയിൽ പ്രവർത്തിക്കുന്നു. ക്വാണ്ടം മെക്കാനിക്സ് കുറച്ചുകൂടി വ്യത്യസ്തമായ വേറൊരു മേഖലയിൽ പ്രവർത്തിക്കുന്നു. ഫോർമൽ ലോജിക് എന്നു പറയുന്നത് നമ്മുടെ വളരെ സാധാരണവും ദൈനംദിനവുമായ കാര്യങ്ങൾക്കൊക്കെ ഉപയുക്തമാകുന്ന ഒരു യുക്തിശാസ്ത്രമാണ് നൽകുന്നത്. എന്നാൽ അങ്ങനെ കാണാൻ കഴിയാത്ത കുറെകൂടി ആഴത്തിലുള്ള ഒരു മേഖലയിലേയ്ക്ക് മറ്റേത് പോകുന്നു. അതേസമയം ഇതിനെ അവഗണിച്ചുകൊണ്ടോ, പൂർണ്ണമായും മാറ്റിനിർത്തിക്കൊണ്ടോ അല്ല അത്. ഇതിനെ ഉൾക്കൊണ്ടുതന്നെയാണ്.

സാമ്പ്രദായിക മാർക്സിസവുമായി താങ്കളുടെ കാഴ്ചപ്പാടുകൾക്ക് പൊരുത്തമില്ല, അല്ലേ ?

അതെ, എന്നാൽ ഡയലറ്റിക്കൽ തിയറി ഞാൻ മാർക്സിൽ നിന്നു തന്നെയാണ് എടുക്കുന്നത്. മാർക്സ് സൂചനകളെല്ലാം നൽകിയിട്ടുണ്ട്.

അത് അവികസിതമായിരുന്നു അല്ലേ ?

അതെ, കൃത്യമായിട്ടു പറഞ്ഞാൽ അത് ഹെലേയനായിരുന്നു. ഫ്രഞ്ചുഫിലോസഫറായ അൽത്തൂസറൊക്കെ പറയുന്ന ഒരു കാര്യമുണ്ട്. മാർക്സിയൻ ഡയറ്റിക്സ് ഹെഗേലിയൻ ഡയലറ്റിക്സിൽ നിന്ന് വ്യത്യസ്തമാണെന്നു സ്ഥാപിക്കാനാണ് അദ്ദേഹം ശ്രമിക്കുന്നത്. ഹെഗേലിയൻ ഡയറ്റിക്സ് മൊത്തം ആശയാധിഷ്ഠിത ലോകത്തിലാണ് പ്രവർത്തിക്കുന്നത്. മാർക്സാകട്ടെ ഭൗതികലോകത്ത് ഡയലറ്റിക്സ് പ്രവർത്തിക്കുന്ന തെങ്ങനെയെന്നു വിശദീകരിക്കാനാണ് ശ്രമിച്ചത്. അത് കൂടുതൽ സങ്കീർണ്ണവും ചലനാത്മകവുമാണ്. അൽത്തൂസർ ഭൗതികലോകത്തെ ഡയലറ്റിക്സി ന്റെ പ്രവർത്തനത്തെ ഒരു പ്രക്രിയ (Process) യായിട്ടാണ് കാണുന്നത്.

സ്ഥായിയായ, നിശ്ചലമായ യാതൊന്നും പ്രപഞ്ചത്തിലില്ല. ഏതു സംഭവവും പ്രക്രിയകളാണ്. പ്രക്രിയകളിലൂടെ നിരന്തരം മാറിക്കൊണ്ടിരിക്കുന്ന ഒന്നാണ്. ആ മേഖലയാണ് ഡയലി റ്റിക്സ് കൈകാര്യം ചെയ്യുന്നത്.

ഡിറ്റർമിനിസത്തിനു പകരം ഓവർ ഡിറ്റർമിനിസം-അതി നിർണ്ണയനം-എന്നൊരു സങ്കൽപനം കൊണ്ടുവരുന്നുണ്ട് അൽത്തുസർ. അതായത് എല്ലാം സാമ്പത്തിക ഘടനയാൽ നിർണ്ണയിക്കപ്പെടുന്നു എന്ന സാമ്പത്തിക നിർണ്ണയവാദം മാർക്സിസത്തിന്റെ ഒരു പ്രധാന പരിമിതിയായി ചൂണ്ടി ക്കാണിക്കപ്പെടുന്നുണ്ട്. സാമ്പത്തികം മാത്രമല്ല, സ്മ്പത്തി കത്തോടൊപ്പം മറ്റ് ഒട്ടേറെ ഘടകങ്ങൾ ചേർന്നിട്ടുള്ളൊരു ഓവർഡിറ്റർമിനേഷനാണ് ഇവിടെ സംഭവിക്കുന്നത് എന്നാണ് അദ്ദേഹത്തിന്റെ വാദം

ഹെഗേലിയൻ വൈരുദ്ധ്യവാദത്തിൽ നിന്ന് തീർത്തും വ്യത്യസ്തമാണ് മാർക്സിയൻ വൈരുദ്ധ്യവാദമെന്ന് സ്ഥാ പിക്കാനുള്ള ശ്രമത്തിൽ അൽത്തുസർ യാന്ത്രിക ഭൗതിക വാദത്തിലേക്ക് അടുക്കുന്നുണ്ട്. സാമൂഹികമായ വാസ്തുനിഷ്ഠ ഘടകങ്ങളിൽ ഏകപക്ഷീയമായി ഊന്നുകവഴി, അദ്ദേഹം ആത്മനിഷ്ഠഘടകങ്ങളെ അവഗണിക്കുന്നുണ്ട്. വൈയക്തിക തലത്തിൽ നിലനിൽക്കുന്ന ആത്മനിഷ്ഠഘടകങ്ങൾ സാമൂഹി കതലത്തിൽ പ്രതിപ്രവർത്തിക്കുന്നുണ്ടെന്നകാര്യം അവഗണി ക്കാനാവില്ല.

മാർക്സിസത്തെ ആന്റി-ഹ്യൂമനിസ്റ്റിക് ആയിട്ടല്ലേ അൽത്തുസർ വ്യാ ഖ്യാനിക്കുന്നത്. കർത്തൃത്വത്തിന്റെ മേഖല എന്നു വിശേഷിപ്പിക്കാവുന്ന ഉപരിഘടനയിൽ ഹ്യൂമനിസം ഊന്നുമ്പോൾ, ക്ലാസിക്കൽ മാർക്സിസം സാമ്പത്തികാടിത്തറയിലാണല്ലോ ഊന്നുന്നത് ?

അതെ, മാർക്സിസ്റ്റുകൾ എല്ലാവരും പൊതുവെ ഹ്യൂമനിസ ത്തിനെതിരാണ്. ഹ്യൂമനിസം എന്നു പറയുന്നത് വർഗ്ഗസമ രത്തിന്റെയും സാമ്പത്തികാടിത്തറയുടെയും പ്രശ്നങ്ങളെ പൂർണ്ണമായും അവഗണിച്ചുകൊണ്ട് കാര്യങ്ങളെ മാനുഷിക മായി മാത്രം കാണുന്നു, അത് വെറും ഐഡിയലിസ്റ്റിക് ആയ സമീപനം മാത്രമാണ്-എന്നിങ്ങനെ മാർക്സിസ്റ്റുകളുടെയും ഭൗതികവാദികളുടെയും പക്ഷത്തുനിന്ന് വിമർശനമുണ്ട്.

ഹ്യൂമനിസത്തോടുള്ള ഈ അവഗണനന കമ്മ്യൂണിസ്റ്റ് വ്യവസ്ഥിതികളുടെ സർവ്വാധിപത്യ പ്രവണതയ്ക്കും ക്രൗര്യത്തിനും കാരണമായിത്തീർന്നിട്ടി ല്ലേ ?

അത് ഹ്യൂമനിസം എന്നുള്ള രീതിയിൽ മാത്രമായിട്ട് കാണേണ്ട കാര്യമില്ല. മാനുഷികം എന്നതിനേക്കാൾ

ജനാധിപത്യവുമായി ബന്ധപ്പെട്ട പ്രശ്നമാണത്. ജനാധിപത്യമെന്നത് ഹ്യൂമനിസം ആയിക്കൊള്ളണമെന്നില്ല. ജനാധിപത്യപരമായ ഒരു രാഷ്ട്രീയസംവിധാനമുണ്ടായാൽ ഇത് ഇപ്പറഞ്ഞ ദൗർബല്യങ്ങളെ ഒട്ടേറെ പരിഹരിക്കാൻ പര്യാപ്തമാണ്. ഹ്യൂമനിസത്തിന്റെ പരിമിതി ചരിത്രത്തിന്റെ അടിസ്ഥാനപരമായ പ്രവർത്തനങ്ങളെ, ഉൽപാദന പ്രക്രിയയെയൊക്കെ അവഗണിക്കുന്നുവെന്നാതാണ്.

ഫ്രാങ്ക്ഫർട്ട് സ്കൂളുകാരുടെ ശ്രമങ്ങൾ മാർക്സിസത്തിന് ഒരു ഹ്യൂമനിസ്റ്റ് പരിപ്രേക്ഷ്യം നൽകുകയായിരുന്നില്ലേ ?

ഫ്രാങ്ക്ഫർട്ട് സ്കൂളുകാർ കുറച്ച് വ്യത്യസ്തരായിരുന്നു. ഔദ്യോഗിക കമ്മ്യൂണിസ്റ്റ് പ്രസ്ഥാനത്തിനു പുറത്ത് രൂപംകൊണ്ട മാർക്സിയൻ സൈദ്ധാന്തിക അന്വേഷണത്തിന്റെ ശ്രദ്ധേയമായ കേന്ദ്രമായിരുന്നു അത്. മാക്സ് ഹൊർഖീമറും വാൾട്ടർബെഞ്ചമിനും അഡർണോയും ഹേബർമാസുമൊക്കെ അതിലെ പ്രധാനികളാണ്. സാമൂഹികവും സാംസ്കാരികവുമായ മേഖലകളിലെ പ്രശ്നങ്ങളിലാണ് അവരുടെ ശ്രദ്ധ പ്രധാനമായും കേന്ദ്രീകരിച്ചത്.

ഏംഗൽസിന്റെ ശാസ്ത്രമാത്രവാദപരവും യാന്ത്രികവുമായ വീക്ഷണത്തിന്റെ വിമർശകരായിരുന്നു അവർ. കർത്തൃത്വ (Subject) ത്തിന്റെ മേഖലയ്ക്ക് അവർ പ്രാധാന്യം നൽകി. കർത്തൃത്വത്തിന്റെ മേഖലയിൽ ഭൗതികനിയമങ്ങൾ അതേപടി പ്രവർത്തനക്ഷമമല്ലെന്നുമാണ് അവരുടെ വാദം. അതാണ് മാർക്സിസത്തിന്റെ പരിമിതി എന്നു പറഞ്ഞുകൊണ്ടാണ് കർത്തൃത്വത്തിന്റെ മേഖലയിലെ പ്രശ്നങ്ങളെ അവർ സമീപിക്കുന്നത്.

മൗലികചിന്ത എന്നുള്ളത് വ്യക്തിനിഷ്ഠമാണെന്ന് ഞാനംഗീകരിക്കുന്നു. കമ്മ്യൂണിസ്റ്റ് പാർട്ടിയിലൊക്കെ ഒരു ധാരണയുണ്ട്. കൂട്ടായ ചർച്ചകളിലൂടെയാണ് എല്ലാ കാര്യങ്ങളും ഉണ്ടാകുന്നത് എന്ന്. ഒരർത്ഥത്തിൽ സംഭവം ശരിയാണ്. ഒരാൾക്ക് കാണാൻ പറ്റാത്തത് മറ്റൊരാൾക്ക് കാണാൻ പറ്റും. അപ്പോൾപോലും മൗലികമായ ആശയങ്ങൾ (Original Ideas) ഉടലെടുക്കുന്നത് ഒരു മനസ്സിൽ നിന്നുമാത്രമാണ്. ഒരു മസ്തിഷ്കത്തിനു മാത്രമേ അതിനു സാദ്ധ്യമാകൂ. ഒരു കമ്മിറ്റിയിൽ നിന്ന് മൗലികാശയങ്ങൾ ഉണ്ടാ കില്ല. മൗലികാശയങ്ങൾ ഉണ്ടാക്കാനുള്ള കുറെ ഘടകങ്ങൾ നൽകാൻ കഴിഞ്ഞേക്കും. മൗലികചിന്ത ഒരു മസ്തിഷ്കത്തിൽ തന്നെയാണ് നടക്കുന്നത്. ഏതെങ്കിലും ഒരു പ്രത്യേക മസ്തിഷ്കം ആയിരിക്കും ആ ബ്രേക്ക് നടത്തുന്നത്. പക്ഷെ, കമ്മിറ്റിയുടെ സാഹചര്യം

പൊതുവെ സഹായിച്ചിട്ടുണ്ടാകും. അപ്പോൾ മൗലികചിന്ത എന്നത് വ്യക്തി മസ്തിഷ്കത്തിന്റെ തന്നെ പ്രശ്നമാണ്. അത് യാതൊരു സംശയവുമില്ലാത്ത കാര്യമാണ്.

അതേസമയം ഫ്രാങ്ക്ഫർട്ട് സ്കൂളുകാരുടെ വാദമുഖത്തിന്റെ ഒരു തകരാറ് മനുഷ്യന്റെ സാമൂഹ്യതലം എന്നത് ഒട്ടും സബ്ജക്ടീവല്ല എന്ന വസ്തുത പരിഗണിക്കുന്നില്ല എന്നതാണ്. വ്യക്തികളുടെ ബോധം ആത്മനിഷ്ഠമാണെന്ന് അംഗീകരിക്കാം. എന്നാൽ സമൂഹം, സാമൂഹിക ബോധം എന്നൊക്കെ പറയുന്നത് ഒട്ടും ആത്മനിഷ്ഠമല്ല. അത് പൂർണ്ണമായും വസ്തുനിഷ്ഠമാണ്. കാരണം, നമ്മൾ നാലുപേരിരുന്ന് സംസാരിക്കുമ്പോൾ, നമ്മുടെ നാലുപേരുടെയും കൂടിയുള്ള ചിന്ത വസ്തുനിഷ്ഠമാണ്. ഒരിക്കലും അത് ആത്മനിഷ്ഠമാകാൻ സാദ്ധ്യമല്ല. കാരണം, ആത്മനിഷ്ഠമായിരുന്നുവെങ്കിൽ ഇവിടെ ഒരു മൗലികമായ ആശയം രൂപം കൊണ്ടേനേ. കമ്മിറ്റിയിൽ നിന്ന് മൗലികാശയം ഉണ്ടാകില്ലെന്നു പറഞ്ഞതിന്റെ കാരണം അത് വസ്തുനിഷ്ഠമായതുകൊണ്ടാണ്. ആത്മനിഷ്ഠത വ്യക്തിക്കേ പറ്റൂ.

അപ്പോൾ വ്യക്തിക്കു പുറത്തെത്തുന്നതോട ഈ ആത്മനിഷ്ഠ സ്വഭാവം നഷ്ടമാകുന്നു. ഫ്രാങ്ക്ഫർട്ട് സ്കൂളിനകത്ത് ഒരിടത്തും ഇതു വരുന്നില്ല. അതുകൊണ്ടുതന്നെ അവർ ആ മേഖലയെ മൊത്തം, കല, സാഹിത്യം തുടങ്ങിയവ എല്ലാം തന്നെ സബ്ജക്ടീവായ ഒരു മേഖലയാണെന്നും, അതുകൊണ്ടുതന്നെ അവിടെ വസ്തുനിഷ്ഠനിയമങ്ങൾക്ക് പ്രവർത്തിക്കാനാവില്ലെന്നും വാദിക്കുന്നു.

ഞാൻ പറയുന്നത്, നേരേമറിച്ച്, അവിടെയും വസ്തുനിഷ്ഠ നിയമങ്ങൾ തന്നെയാണ് പ്രവർത്തിക്കുന്നത് എന്നാണ്. കാരണം, സാമൂഹികം എന്നു പറയുന്നത് സബ്ജക്ടീവല്ല. വസ്തുനിഷ്ഠമാണ്. ഫിലോസഫിയിൽ കാറ്റഗറി മിസ്റ്റേക് എന്നു പറയുന്ന തകരാറ് ഫ്രാങ്ക്ഫർട്ട് സ്കൂളിനു മൊത്തത്തിലുണ്ട്. പണ്ട്, ഞാൻ പൊതുവിൽ ആ വിഭാഗത്തിന്റെ വിമർശനങ്ങളെ അടിസ്ഥാനപ്രശ്നങ്ങളെന്ന നിലയിൽ ഗൗരവമായി പരിഗണിച്ചിരുന്നില്ല.

അതേസമയം, മറ്റേത് ഞാൻ പറഞ്ഞപോലെതന്നെ അംഗീകരിക്കുന്നയാളാണ്. അതായത് ഗാന്ധിയുടെ വ്യക്തിവാദവും മാർക്സിന്റെ സാമൂഹികവാദവും-ശരിക്കും രണ്ടിന്റെയും സന്തുലിതമായ ഒരു വീക്ഷണമാണ് വേണ്ടത്. അതുപോലെ തന്നെ ഭൗതികനിയമങ്ങളുടെയും ആത്മനിഷ്ഠലോകത്തിന്റെയും പരസ്പരബന്ധവും പരസ്പര പ്രതിപ്രവർത്തനവും

അംഗീകരിക്കേണ്ടതും ആവശ്യമാണ്. അങ്ങിനെയാണ് അതിനെ കാണേണ്ടത്. അല്ലാതെ ഏതെങ്കിലും ഒരു വശത്തെ മാത്രം എടുത്തുകാണിക്കുകയല്ല വേണ്ടത്.

പ്രകൃതിവാദവും വൈദ്യശാസ്ത്രവും

ആധുനിക വൈദ്യശാസ്ത്രത്തെപ്പറ്റി എഴുതിയിട്ടുണ്ടല്ലോ ?

'പാഠഭേദം' ദ്വൈവാരികയിലാണ് അതെഴുതിയത്. ഈ വിഷയത്തെപ്പറ്റി എനിക്ക് വ്യക്തമായ ധാരണയുണ്ട്. പതിനെട്ടാം നൂറ്റാണ്ടിലെ യാന്ത്രികഭൗതികവാദമാണ് അലോപ്പതിയുടെ ദാർശനികാടിസ്ഥാനം. ശരീരത്തെ അത് യാന്ത്രികമായി കാണുന്നു. അവയവങ്ങളെ പാർട്ടുകളായി തിരിക്കുന്നു. ഇവ തമ്മിലുള്ള അനന്തമായ പ്രതിപ്രവർത്തനങ്ങളുടെ സാദ്ധ്യതകളെ പൂർണ്ണമായും തള്ളിക്കളയുന്നു. ജൈവശരീരത്തിന്റെ സമഗ്ര യാഥാർത്ഥ്യത്തെ വൈരുദ്ധ്യാത്മകമായി അത് കാണുന്നില്ല. അതുകൊണ്ടുതന്നെയാണ് അലോപ്പതി ചികിത്സ പലയിടത്തും പരാജയപ്പെടുന്നത്.

ഹോമിയോപ്പതിയെക്കുറിച്ചുള്ള അഭിപ്രായമെന്താണ് ?

ഹോമിയോപ്പതി രീതിയുടെ ഒരു പ്രത്യേകത അവർ ഒരു വ്യക്തിയെ മുഴുവനായി വിശകലനം ചെയ്യുന്നു എന്നതാണ്. ആ വ്യക്തിയുടെ സമഗ്രമായ വ്യക്തിത്വവുമായി ബന്ധപ്പെട്ടാണ് രോഗം ഉണ്ടാകുന്നത്. ഹോമിയോപ്പതിയിൽ ഡയലറ്റിക്സ് ഉണ്ട്.

ഹോമിയോപ്പതിയുടെ ദാർശനികാടിസ്ഥാനം ആശയവാദമല്ലേ?

അതെ. ആശയവാദം തന്നെ. ജൈവശക്തി (Vital force) എന്ന സങ്കല്പത്തിൽ നിന്നാണ് അവർ തുടങ്ങുന്നത്. പക്ഷെ, അവർ അതിൽ നിന്ന് സമഗ്രത (Totality) എന്ന യാഥാർത്ഥ്യത്തിലേയ്ക്ക് എത്തി എന്ന ഗുണമാണ് ഞാനംഗീകരിക്കുന്നത്. അതുകൊണ്ടാണ് ഞാൻ പറഞ്ഞത് അതിൽ ഡയലറ്റിക്സ് ഉണ്ടെന്ന്.

എന്റെ വ്യക്തിപരമായ കുറെ അനുഭവങ്ങളുടെ അടിസ്ഥാനത്തിൽ കൂടിയാണ് ഞാനത് അന്വേഷിച്ചിട്ടുള്ളത്. ചില

നല്ല ഹോമിയോ ഡോക്ടർ മാരുണ്ട്. ഹോമിയോ ഡോക്ടർ മാരുടെ പ്രത്യേകത ഓരോ ഡോക്ടറും വ്യത്യസ്തനാണ് എന്നതാണ്. ഓരോരുത്തരുടെയും ചികിത്സയും വ്യത്യസ്ത മാണ്. അതുകൊണ്ട് അതിൽനിന്ന് വ്യത്യസ്തമായ ശാസ്ത്രമില്ല. ഹോമിയോ ശാസ്ത്രം എന്നൊരു ശാസ്ത്രവുമില്ല. കാരണം, ഒരു ഡോക്ടർ സ്വീകരിക്കുന്ന രീതികളും, അതിലൂടെ അയാൾ വികസിപ്പിച്ചെടുക്കുന്ന അയാളുടേതായ ഒരു മെക്കാനിസവും ഉണ്ടാകും. എന്റെ ബുദ്ധിമാന്ദ്യമുള്ള മകനെ ചികിത്സിക്കുന്നതി നുവേണ്ടി ആറേഴുവർഷം ഞാൻ പ്രശസ്തനായ ഒരു ഹോമിയോ ഡോക്ടറുടെ അടുത്ത് പോയിരുന്നു. പഞ്ചാബിലുള്ള ഒരു പഴയ സഖാവിന് ഹൈപ്പർടെൻഷന്റെ പ്രശ്നമുണ്ടായിരുന്നു. അത് വളരെ ഗുരുതരമായ സ്ഥിതിയാണ്. കമ്മിറ്റികളിലിരുന്ന് ചർച്ചചെയ്യാൻ പറ്റാതിരിക്കുക. ഭക്ഷണം പോലും കഴിക്കാ നാവാതിരിക്കുക. പക്ഷെ. അയാൾക്ക് ഡോക്ടറുടെ അടുത്ത് നേരിൽ വരാൻ പറ്റില്ല. ഡോക്ടറുടെ കയ്യിൽ വലിയൊരു ചോദ്യാവലിയുണ്ട്. അതു പൂരിപ്പിച്ചുകൊടുക്കണം. സാധാരണ രോഗികൾ വന്നാൽ ചോദ്യങ്ങൾ ചോദിക്കുകയാണല്ലോ പതിവ്. ഡോക്ടർ ചോദ്യാവലി എന്റെ കയ്യിൽ തന്നയച്ചു. അതുമുഴുവൻ തർജ്ജമ ചെയ്തുകൊടുത്ത് പൂരിപ്പിച്ചുകൊണ്ടുവ രാൻ പറഞ്ഞു. ഒരു പേഴ്സണാലിറ്റിയെ മുഴുവൻ വിശകലനം ചെയ്യുന്ന രസകരമായ രീതിയായിരുന്നു അത്. അയാളുടെ മനഃശാസ്ത്രം, ചെറിയ താൽപര്യങ്ങൾ, അന്തരീക്ഷത്തോടുള്ള സമീപനം, തുടങ്ങി സകല കാര്യങ്ങളും വിശകലനം ചെയ്യുന്ന രീതി. ഒരു മാസത്തിനുശേഷം ഞാനത് പൂർണ്ണമായും പൂരി പ്പിച്ചു കൊണ്ടുകൊടുത്തു. ഇതുപോലുള്ള അനവധി കേസുകൾ കൈകാര്യം ചെയ്തതിന്റെ മുഴുവൻ റെക്കോർഡുകളും ഡോക്ടറുടെ കൈയിലുണ്ട്. ഡോക്ടർക്ക് എന്നെ അറിയാവുന്നതുകൊണ്ട്, അതു മുഴുവൻ പരിശോധിച്ച്, മുഴുവൻ റിസൽട്ടുകളും പണിപ്പെട്ട് താരതമ്യം ചെയ്തു മരുന്നു നൽകി. ഡോക്ടറുടെ മരുന്നുകൊണ്ട് രണ്ടുമാസം കൊണ്ട് അയാളുടെ രോഗം പൂർണ്ണമായും മാറി. വർഷങ്ങളോളം അയാളെ അലട്ടിയിരുന്ന രോഗമായിരുന്നു അത്.

അപ്പോൾ ഹോമിയോപ്പതി വളരെ ഫലപ്രദമാണല്ലേ ?

അതെ. പക്ഷെ ഇങ്ങനെ ചെയ്യണം. വളരെ സൂക്ഷ്മമായ അർത്ഥ ത്തിൽ. പക്ഷെ, അതുമുഴുവൻ വിജയിച്ചുകൊള്ളണമെന്നുമില്ല. ഒരാളിൽ ഒരു ഡോക്ടറുടെ ചികിത്സ വിജയിച്ചുവെങ്കിൽ അത് അതേപടി മറ്റൊരാ ളിൽ വിജയിക്കണമെന്നില്ല. അതൊരു വസ്തുതയാണ്. യാന്ത്രികമല്ലാത്തതുകൊണ്ടാണത്.

ആധുനിക വൈദ്യശാസ്ത്രം വസ്തുനിഷ്ഠതയിൽ അധിഷ്ഠിതമായിരിക്കുമ്പോൾ, ഹോമിയോപ്പതി പൊതുവിൽ ആത്മനിഷ്ഠതയിൽ ഊന്നിനിൽക്കുന്ന ഒന്നല്ലേ ?

ഹോമിയോപ്പതി ശരീരവും മനസ്സും അടങ്ങുന്ന സമഗ്രത എന്ന യാഥാർത്ഥ്യത്തെ അംഗീകരിക്കുന്നു എന്ന വസ്തുതയാണ് ശ്രദ്ധിക്കേണ്ടത്. അത് വളരെ സങ്കീർണ്ണമായ ഒന്നാണ്. ആ സങ്കീർണ്ണതയെ അവർ വേറൊരു രീതിയിൽ അംഗീകരിക്കുന്നുണ്ട്. അലോപ്പതിക്കാരുടെ കൈയിലുള്ളതു പോലൊരു ശാസ്ത്രീയമായ ഒരന്വേഷണരീതി അവരുടെ കൈയിലില്ല എന്നതാണ് ഒരു പരിമിതി. അതും കൂടിയുണ്ടെങ്കിൽ കുറെ നന്നായി ഡെവലപ്പ് ചെയ്യാൻ കഴിയും.

പലരോഗങ്ങളും പെട്ടെന്ന് ഭേദമാകണമെങ്കിൽ അലോപ്പതിയല്ലേ നല്ലത് ? പ്രത്യേകിച്ചും അപകടങ്ങളും മറ്റും സംഭവിക്കുമ്പോൾ ?

ഞാൻ അലോപ്പതിയെ തള്ളിക്കളയുകയല്ല ചെയ്യുന്നത്. അതിന്റെ ഫിലോസഫി ഒട്ടും വികസിച്ചിട്ടില്ല എന്നതാണ് എന്റെ വിമർശനം. ഡയലറ്റിക്കൽ ഫിലോസഫി ആയിട്ട് അതിനെ വികസിപ്പിക്കാൻ കഴിയുകയാണെങ്കിൽ അലോപ്പതിതന്നെയാണ് നല്ലത്. കാരണം, ശാസ്ത്രീയമായ അന്വേഷണരീതി ഇപ്പോഴും ഉള്ളത് അലോപ്പതിയിലാണ്. ഹോളിസ്റ്റിക് ആയ പരീക്ഷണങ്ങളിലേയ്ക്ക് അവർ ഇപ്പോൾ വരുന്നുണ്ട്.

ആയുർവേദത്തെക്കുറിച്ച് ?

ആയുർവേദത്തെക്കുറിച്ച് ഞാൻ വിശദമായൊന്നും പഠിച്ചിട്ടില്ല. അതിന്റെ പൊതുഘടന മാത്രമേ നോക്കിയിട്ടുള്ളു ആയുർവേദം പൊതുവിൽ ആനുഭവിക (Empirical) വാദത്തിലധിഷ്ഠിതമാണ്. പ്രകൃതിയിൽ നിന്നുള്ള ഔഷധങ്ങൾ ഉപയോഗിക്കുന്നുവെന്നതാണ് അതിന്റെ ഏറ്റവും വലിയ സവിശേഷത. അത് തികച്ചും ഭൗതികവാദപരമാണ്.

അലോപ്പതിക്ക് ബദൽ എന്ന രീതിയിൽ പ്രകൃതിജീവനത്തെ ഇപ്പോൾ കൊണ്ടുവരുന്നുണ്ട്. അതേക്കുറിച്ച് എന്താണഭിപ്രായം ?

പ്രകൃതിയിലേയ്ക്ക് തിരിച്ചുപോയാൽ എല്ലാം ശരിയാവുമെന്നു പറയുന്നത് ശരിയല്ല. പ്രകൃതിയുടെ അടിസ്ഥാനപരമായ ചില സ്വഭാവങ്ങളെ അത് അവഗണിക്കുന്നുണ്ട്. പ്രകൃതിജീവനക്കാർ പറയുന്ന രീതിയിലാണെങ്കിൽ മനുഷ്യസമൂഹം കഴിഞ്ഞ ഒരു നൂറ്റാണ്ടുകാലം കൊണ്ട് നശിച്ചുപോകേണ്ടതായിരുന്നു. പകർച്ചവ്യാധികളെ തടയുന്നതിന് വാക്സിനേഷൻ ചെയ്യുന്നത് ഭയങ്കര അപകടമാണെന്നാണ് അവർ പറയുന്നത്. കഴിഞ്ഞ നൂറ്റാണ്ടിൽ, അല്ലെങ്കിൽ അമ്പതുകൊല്ലം മുമ്പ് ലോകത്ത് പകർച്ചവ്യാധികൾ എത്രയായിരുന്നു ! അതുവഴിയുണ്ടായ

ജനസംഖ്യയുടെ നാശം, കുറവ് വമ്പിച്ചതായിരുന്നു. നമ്മുടെ സമൂഹത്തിൽ വൃദ്ധന്മാരുടെ എണ്ണം കൂടി കൂടിവരുന്നുണ്ട്. ആധുനിക സംവിധാനങ്ങളുടെ ഗുണഫലമാണത്. പണ്ടു കാലത്ത് പ്രകൃതിയെ ആശ്രയിച്ചുജീവിച്ചതുകൊണ്ടൊന്നും നേടാൻ കഴിയാത്ത ഒന്നാണത്. മറ്റൊരു കാര്യം മനുഷ്യന്റെ അനുവർത്തന (Adaptation) ത്തിനുള്ള കഴിവാണ്. അത് പ്രകൃതിവാദികൾക്ക് മനസ്സിലാകാത്ത കാര്യമാണ്. എന്തെല്ലാം പുതിയ രാസവസ്തുക്കൾ നമ്മുടെ ശരീരത്തിലേയ്ക്ക് വന്നിട്ടും നമ്മൾ അതിനെയൊക്കെ അതിജീവിക്കുന്നു. അത് മനുഷ്യ ശരീരത്തിന്റെ ജൈവികമായ കഴിവാണ്. ഈ കഴിവുകളെക്കുറിച്ച് അവർക്കൊട്ടും ധാരണയില്ല. DDT തെളിച്ചുതെളിച്ച് കൊതുകുകൾ മുഴുവനും അതിനെ അതിജീവിക്കുന്നു എന്നല്ലേ പറയുന്നത്. എന്തുകൊണ്ടാണത്? അതിനോട് അവ പൊരുത്തപ്പെട്ടു എന്നതാണ് അതിനുകാരണം. ഈ വക പൊരുത്തപ്പെടലുകൾ നടത്തിയ ശരീരം പഴയ പ്രകൃതിയിലേക്ക് തിരിച്ചുപോയാലാണ് അപകടം. പലർക്കും അത്തരത്തിൽ വിഷമങ്ങളുണ്ടായിട്ടുണ്ട്.

പ്രകൃതിവാദികളും പരിസ്ഥിതിവാദികളുമൊക്കെ പ്രകൃതിക്ക് ദൈവികമായ പരിവേഷം നൽകുന്നുണ്ടല്ലോ ?

നമ്മുടെ പ്രകൃതിവാദികൾ, പരിസ്ഥിതിവാദികൾ എന്നൊക്കെ പറയുന്നവർ ശുദ്ധ വിവരക്കേടുകളാണ് പറഞ്ഞുനടക്കുന്നത്. പ്രകൃതിവാദികളുടെ ഏറ്റവും വലിയ സവിശേഷത പ്രകൃതിയെക്കുറിച്ചുള്ള അവരുടെ പൂർണ്ണമായ അജ്ഞതയാണ്. ഭയങ്കരമായ ഭീകരസ്വഭാവമുള്ള ഒന്നാണ് ഈ പ്രകൃതി; ശാന്ത സ്വഭാവമുള്ളതൊന്നുമല്ല. പ്രകൃതിയിലേയ്ക്ക് തിരിച്ചു പോകുക എന്നൊക്കെ പറഞ്ഞുനടക്കുന്നത് തികഞ്ഞ അസംബന്ധമാണ്.

പ്രകൃതിയുടെ ചരിത്രമൊന്നും ഈ ആളുകൾക്കറിയില്ല. അഞ്ചു വലിയ ഹിമയുഗങ്ങളാണ് ഭൂമിക്ക് പറയാനുള്ളത്. അക്ഷരാർത്ഥത്തിൽ പ്രളയങ്ങൾ. അതുപോലെ ഭൂഖണ്ഡാന്തര ചലനങ്ങളും അഗ്നിപർവ്വത സ്ഫോടനങ്ങളും ഉണ്ടായിട്ടുണ്ട്. അതിന്റെ ഫലമായി ധാരാളം ജീവജാലങ്ങളുടെ വംശം തന്നെ നശിച്ചുപോയിട്ടുണ്ട്. പുരാജീവി പഠനം (Palaeontology) ഇക്കാര്യങ്ങളൊക്കെ വ്യക്തമാക്കുന്നുണ്ട്. ഇതൊന്നും മനുഷ്യന്റെ ഇടപെടൽ കൊണ്ട് ഉണ്ടായതല്ല.

പ്രകൃതിയോടുള്ള സമരമല്ലേ യഥാർത്ഥത്തിൽ മനുഷ്യന്റെ ചരിത്രം ?

മനുഷ്യനും പ്രകൃതിയും തമ്മിലുള്ള ബന്ധം മറ്റു ജീവികളുടേതിൽ നിന്ന് തികച്ചും വ്യത്യസ്തമാണ്. നമ്മൾ നേരത്തേ

സംസാരിച്ചതിന്റെ തുടർച്ചയാണത്. അതായത്, പ്രഥമസിഗ്നൽ വ്യവസ്ഥയെക്കുറിച്ചും ദ്വിതീയ സിഗ്നൽ വ്യവസ്ഥയെക്കുറിച്ചും പറഞ്ഞിരുന്നല്ലോ. പ്രഥമ സിഗ്നൽ വ്യവസ്ഥയിലാണ് മറ്റു മൃഗങ്ങളെല്ലാം നിൽക്കുന്നത്. ദ്വിതീയ സിഗ്നൽ വ്യവസ്ഥയുമായി ബന്ധപ്പെട്ടാണ് മനുഷ്യന്റെ അഹംബോധം വികസിക്കുന്നത്. അഹംബോധമാണ് പ്രകൃതിയിൽ നിന്ന് മനുഷ്യനെ വേറിട്ടു നിർത്തുന്നത്. നമുക്ക് പ്രകൃതിയെ വേറിട്ടുകാണാൻ കഴിയുന്നു. മറ്റു മൃഗങ്ങൾക്ക് അതിനു കഴിയുന്നില്ല. അവ പ്രകൃതിയുടെ ഭാഗം മാത്രമാണ്. കാരണം അവരുടെ വികാരങ്ങൾ മുഴുവനും ജന്മവാസനകൾ മാത്രമാണ്. നമുക്ക് ജന്മവാസനകളോടൊപ്പം, അതിൽ നിന്നു വേറിട്ടുനിൽക്കുന്ന അഹംബോധവുമുണ്ട്. ഈ അഹംബോധമുള്ള മനുഷ്യന്റെ മനുഷ്യത്വം പ്രകൃതിയിൽ ലയിച്ചുചേരില്ല. അതുകൊണ്ടാണ് മനുഷ്യന് പ്രകൃതിയുമായി വൈരുദ്ധ്യാത്മക ബന്ധത്തിൽ ഏർപ്പെടാൻ കഴിയുന്നത്. ഈ വൈരു ദ്ധ്യാത്മക ബന്ധമാണ് മനുഷ്യന്റെ സാമൂഹികവും സാംസ്കാരികവുമായ എല്ലാ പുരോഗതിയുടെയും അടിസ്ഥാനം. പ്രകൃതിയിലേക്ക് തിരിച്ചുപോവുകയെന്നാൽ, ഈ സാമൂഹിക സാംസ്കാരിക പുരോഗതിയേയും മനുഷ്യൻ കൈവരിച്ച ശാസ്ത്ര-സാങ്കേതിക നേട്ടങ്ങളേയും ഉപേക്ഷിക്കുകയാണെന്നർത്ഥം. മനുഷ്യനെ അപമാനവീകരിക്കുക (De humanise) എന്നാണർത്ഥം. അപ്പോൾ മനുഷ്യൻ മറ്റൊരു മൃഗം മാത്രമായി മാറുന്നു. പ്രകൃതിയെ നശിപ്പിക്കലല്ല മനുഷ്യന്റെ ജോലി എന്ന കാര്യം ഞാനംഗീകരിക്കുന്നു. പ്രകൃതിയിൽ നിന്ന് വേറിട്ടു നിൽക്കാനുള്ള അർഹത പ്രകൃതിതന്നെ മനുഷ്യനു നൽകിയതാണ്. അല്ലാതെ നമ്മൾ ഉണ്ടാക്കിയെടുത്തതൊന്നുമല്ല.

തിരിച്ചടിക്കാത്ത രീതിയിൽ പ്രകൃതിയെ മെരുക്കിയെടുക്കുകയാണ് ആവശ്യം, അല്ലേ ?

അതെ. നമ്മൾ നേരത്തെ പറഞ്ഞ-അനിവാര്യതയും യാദൃച്ഛികതയും, അതിൽ നമുക്കിടപെടാനുള്ള അവസരവുമൊക്കെ കിട്ടുന്ന ദർശനത്തിന്റെ ഭാഗമായി വരുന്ന വിഷയമാണത്. അതിൽ നമ്മുടെ പദവി നമുക്ക് കൃത്യമായി നിർവ്വചിക്കാനാവും. അതിൽ നമ്മൾ പ്രകൃതിയെ നശിപ്പിക്കുകയല്ല ചെയ്യുന്നത്. പ്രകൃതിയെ മനസ്സിലാക്കുന്നതോടൊപ്പം, പ്രകൃതിയിൽ തന്നെയുള്ള സാദ്ധ്യതകളെ ഉപയോഗപ്പെടുത്തുകയാണ് ചെയ്യുന്നത്.

കമ്മ്യൂണിസം–ഹിന്ദുത്വം–ജനാധിപത്യം

മാർക്സിസ്റ്റ് പാർട്ടി ഒരു സോഷ്യൽ ഡെമോക്രാറ്റിക് പാർട്ടിയാണെന്ന് താങ്കൾ എഴുതിയിട്ടുണ്ട്. പൊതുവെ മാർക്സിസ്റ്റുകൾ സോഷ്യൽ ഡെമോക്രാറ്റ് എന്ന പദത്തെ ഒരു ശകാരപദമായാണ് കണക്കാക്കുന്നത്. അങ്ങനെ കരുതേണ്ട ആവശ്യമുണ്ടോ ?

ഇല്ല. അങ്ങനെ വന്നുപോയതാണ്. ലെനിനാണ് അതിന്റെ ഉത്തരവാദി. റഷ്യൻ വിപ്ലവം നടക്കുന്ന കാലത്ത് കമ്മ്യൂണിസ്റ്റുകാർക്കിടയിൽ രണ്ടു ചിന്താഗതിക്കാരുണ്ടായിരുന്നു. ഒന്ന്, കൗട്സ്കി, ബേൺസ്റ്റീൽ എന്നിവരൊക്കെയുള്ള ജർമ്മൻ, യൂറോപ്യൻ കമ്മ്യൂണിസ്റ്റ് പ്രസ്ഥാനങ്ങളുടെ രണ്ടാം ഇന്റർനാഷണൽ. റഷ്യയിൽത്തന്നെ അവരോട് യോജിക്കുന്ന മെൻഷേവിക്കുകാരുണ്ടായിരുന്നു. അവരോട് കലാപം ചെയ്തുകൊണ്ടായിരുന്നു ബോൾഷേവിക് പാർട്ടി ഉയർന്നു വരുന്നത്. റഷ്യൻ വിപ്ലവം വിജയിച്ചതോടുകൂടി ലെനിനൊക്കെ ഒരു ആധികാരികത ലഭിച്ചു. അങ്ങനെ ലെനിൻ മൂന്നാം ഇന്റർനാഷണൽ എന്ന പുതിയ ഇന്റർനാഷണൽ ഉണ്ടാക്കുന്നു. കൗട്ക്സിയെയും കൂട്ടരെയും രണ്ടര ഇന്റർനാഷണൽ എന്നുപറഞ്ഞ് കളിയാക്കുന്നു. എന്നിട്ട് അവർക്കു കൊടുക്കുന്ന പേരാണ് സോഷ്യൽ ഡെമോക്രാറ്റുകൾ എന്ന്. അവരുടെ തന്നെ പാർട്ടിയുടെ പേര് പണ്ട് റഷ്യൻ സോഷ്യൽ ഡെമോക്രാറ്റിക് ലേബർ പാർട്ടി എന്നായിരുന്നു. കമ്മ്യൂണിസ്റ്റുകാരെല്ലാം സോഷ്യൽ ഡെമോക്രാറ്റുകൾ എന്നാണ് അറിയപ്പെട്ടിരുന്നത്. വ്യാപകമായുണ്ടായിരുന്ന സോഷ്യൽ ഡെമോക്രാറ്റിക് പാർട്ടികളെല്ലാം തന്നെ, ബോൾഷെവിക് പാർട്ടിയുടെ നിലവാരത്തിലേക്ക് എത്താത്ത റിവിഷനിസ്റ്റ് പാർട്ടികളായിട്ടാണ് മുദ്രകുത്തപ്പെടുന്നത്. അതിന്റെ പ്രധാന കാരണം അവരെല്ലാവരും തന്നെ ഏറെക്കുറെ പാർലിമെന്ററി ജനാധിപത്യത്തിലേക്ക് നീങ്ങിക്കൊണ്ടിരുന്നു എന്നതാണ്.

പാർലിമെന്ററി ജനാധിപത്യത്തിലൂടെ സോഷ്യലിസം എന്നുള്ള ഒരു കാഴ്ചപ്പാട്. അത് കമ്മ്യൂണിസ്റ്റ് നിലപാടേ അല്ലെന്നും, തൊഴിലാളിവർഗ്ഗ സർവ്വാധിപത്യം എന്ന അടിസ്ഥാന നിലപാടു സ്വീകരിക്കുന്നവർ മാത്രമേ കമ്മ്യൂണിസ്റ്റാവൂ എന്നും ലെനിനാണ് നിർവ്വചിച്ചത്. ലെനിന്റെ നിർവ്വചനത്തിന് അന്ന് ആധികാരികത കിട്ടി. ലോകത്തിലെ കമ്മ്യൂണിസ്റ്റുകാർ മുഴുവൻ അംഗീകരിക്കുകയും ചെയ്തു. സോഷ്യൽ ഡെമോക്രാറ്റുകൾ മുഴുവൻ തന്നെ റിവിഷനിസ്റ്റുകളായി മുദ്രകുത്തപ്പെടുകയും ചെയ്തു.

തിരുത്തൽ വാദം അല്ലേ ? തിരുത്താൻ പാടാത്ത ഒന്നാണോ കമ്മ്യൂണിസം? അപ്പോൾ മതമൗലികവാദവും കമ്മ്യൂണിസവും തമ്മിൽ എന്താണ് വ്യത്യാസം ?

മാർക്സിസത്തിന്റെ അടിസ്ഥാനതത്ത്വങ്ങളെ തിരുത്തി എന്നാണ് ആരോപണം. അടിസ്ഥാന തത്ത്വങ്ങളെ തിരുത്താൻ പാടില്ല എന്നതാണ്. അങ്ങനെ അത് മതത്തേക്കാൾ ശക്തമായ ഒരു സംഘടനാസംവിധാനമായി മാറി. കേരളത്തിന്റെ കഴിഞ്ഞ അരനൂറ്റാണ്ടുകാലത്തെ ചരിത്രം പരിശോധിച്ചാൽ ഈ മൗലികവാദം സൃഷ്ടിച്ച അപകടങ്ങൾ ഏറെയാണ്.

എം.പി. പരമശ്വരൻ പറയുന്ന നാലാം ലോകവാദം സോഷ്യൽ ഡെമോക്രസി ആണോ ?

അത്രപോലും അതിനൊരു പുതുമയില്ല. പരമേശ്വരൻ വളരെ അവ്യക്തമായ എന്തൊക്കെയോ പറയുകയാണ്. കൃത്യമായ നിലപാട് എന്താണെന്ന വ്യക്തമല്ല. അദ്ദേഹം അടിസ്ഥാനപരമായി കമ്മ്യൂണിസ്റ്റ് പാർട്ടിയെ തള്ളിപറയുന്ന നിലപാടാണ് എടുക്കുന്നത്-ഏകപാർട്ടി ഭരണം തെറ്റാണ് എന്ന നിലപാട്. അങ്ങനെയുള്ള ഒരാൾക്ക് പിന്നെ ഈ ലെനിനിസ്റ്റ് പാരമ്പര്യത്തിനകത്ത് നിൽക്കാൻ പറ്റില്ല. എന്നിട്ടും അദ്ദേഹം പറയുന്നത് പാർട്ടി എന്റെ അമ്മയാണ് എന്നാണ്.

പാർട്ടിക്കകത്ത് നിന്നുകൊണ്ട് അതിന്റെ സുഖസൗകര്യങ്ങൾ അനുഭവിക്കാനുള്ള ത്വരയാണോ ആ മനോഭാവത്തിനു പിന്നിലുള്ളത് ?

വേറൊരു രീതിയിലും അതു കാണാം. കാരണം, ഭൗതികമായ താൽപര്യങ്ങളൊന്നുമുള്ള ആളല്ല അദ്ദേഹം. ആളൊരു ശുദ്ധനാണ്. പക്ഷെ, ബുദ്ധിപരമായ സത്യസന്ധതയില്ലായ്മ എന്നാണ് ഞാനതിനെ പറയുക. കുറച്ചു കടുത്ത പ്രയോഗമാണ്. ഇവരൊക്കെ ബുദ്ധിപരമായ സത്യസന്ധത പാലിക്കാൻ ബാദ്ധ്യസ്ഥരാണ്. തൊഴിലാളിവർഗ സർവ്വാധിപത്യം എന്ന ആശയത്തെ തള്ളിപറഞ്ഞാൽ, നിങ്ങൾ കമ്മ്യൂണിസ്റ്റല്ല എന്ന

നിർവ്വചിക്കപ്പെടുന്ന സ്ഥലത്ത് നിങ്ങൾ അങ്ങനെ പറയാൻ തയ്യാറാകണം. ഞാൻ അങ്ങനെ ചെയ്തിട്ടുള്ള ആളാണ്. ഞാനീ ആശയത്തെ എന്ന് ഉപേക്ഷിക്കുന്നുവോ, അന്നുമുതൽ കമ്മ്യൂണിസ്റ്റ് പർട്ടിക്കാരനാകാൻ എനിക്ക് അർഹതയില്ല; അവകാശമില്ല. അങ്ങനെചെയ്താൽ തെറ്റാണ്. എം. പി. പരമേശ്വരനൊക്കെ അതാണ് ചെയ്തുകൊണ്ടിരിക്കുന്നത്. അതിന്റെ പ്രശ്നമെന്താണെന്നുവെച്ചാൽ, ഞാൻ നേരിട്ട പോലെ അതിനെ നേരിടേണ്ടിവരും, ഭയങ്കരമായിട്ട് കമ്മ്യൂണിസ്റ്റ് വിരുദ്ധനും ബൂർഷ്വായും അമേരിക്കൻ ഏജന്റുമായിട്ട് മുദ്രകുത്തപ്പെടും. (ഈ അഭിമുഖം നടത്തിയത് വേണുവിന്റെ ഇടുങ്ങിയ വീട്ടിൽ വെച്ചാണ്. സാധാരണ കർഷകതൊഴിലാളികളുടേതു പോലുള്ള ഒന്ന്. ചെത്തിതേയ്ക്കുകയോ പെയിന്റടിക്കുകയോ ചെയ്യാത്ത കുറെ വർഷങ്ങൾ പഴക്കമുള്ള വീട്. ഒരു മുറിയും അടുക്കളയും അകത്തളവും ഉള്ള വളരെ ചെറിയ ഒന്ന്. നിർമ്മാണത്തിനുശേഷം അറ്റ കുറ്റപ്പണികളൊന്നും നടത്തിയ ലക്ഷണമില്ല. വീട്ടിൽ അത്യാവശ്യമായ ഗൃഹോപകരണങ്ങളൊന്നും കണ്ടില്ല. പാലില്ലാത്തതിനാൽ കട്ടൻചായയാണ് ഞങ്ങൾക്ക് തന്നതെന്ന് ഓർക്കുന്നു. ഈ മനുഷ്യനെ അമേരിക്കൻ ഏജന്റെന്നും ബൂർഷ്വാ എന്നും മുദ്രകുത്തുന്ന നെറികെട്ട ആഭാസന്മാരെ കുറിച്ച് എന്തു പറയാൻ !) ഇതൊന്നുമല്ലാതിരുന്നിട്ട് അതെല്ലാം കേൾക്കണ്ടി വരില്ലേ ? അതിനെ പേടിച്ചിട്ടാണ് ഇവരെല്ലാം ഒന്നും തുറന്നുപറയാത്തത്. തുറന്ന രീതിയിൽ ഒരു ചർച്ച നടത്തിയിരുന്നെങ്കിൽ അത്രയും ഗുണമുണ്ടാകുമായിരുന്നു. ഞാനിവരോടൊക്കെ പറയാറുള്ള കാര്യമാണിത്. ഒരാശയസമരം. എന്താണ് അടിസ്ഥാന പരമായ തകരാറ്? ലെനിന് എവിടെ തെറ്റുപറ്റി ? മാവോ സേതുങ്ങിന് എവിടെയാണ് തെറ്റുപറ്റിയത്? അതൊക്കെ തുറന്നുപറയണം. അതുതിരുത്തി അണികളെ ബോദ്ധ്യപ്പെടുത്തണം. അത് എത്രത്തോളം വൈകുന്നുവോ അത്രത്തോളം ബുദ്ധിമുട്ടുണ്ടാകും. നാലാം ലോക സിദ്ധാന്തത്തിന്റെ ഒരു വശത്ത് ഗാന്ധിയുണ്ട്. മറുവശത്ത് ഈ പറഞ്ഞ സോഷ്യൽ ഡെമോക്രസിയുടെ കുറച്ച് അംശങ്ങളും. ഇതു രണ്ടും കൂടിചേർന്ന് ഒരു പകുതിവെന്ത ചേരുവയാണത്. സ്വന്തമായ നിലപാടെന്നു പറയാനൊന്നുമില്ല എന്നാണെന്റെ അഭിപ്രായം.

നാലാം ലോക സിദ്ധാന്തം തന്നെയാണ് ജനകീയാസൂത്രണം എന്നതിനോടുള്ള അഭിപ്രായം എന്താണ് ?

അതുമുഴുവൻ ശരിയല്ല. ജനകീയാസൂത്രണത്തിന്റെ വികേന്ദ്രീകൃതാസൂത്രണത്തിന്റെ ഒരു പ്രായോഗിക പദ്ധതി ഇവർ ഉണ്ടാക്കിക്കൊടുത്തു എന്നത് ശരിയാണ്. പക്ഷെ, അതിന്റെ

മറ്റു ദർശനങ്ങളൊന്നും അവർ അംഗീ കരിച്ചിട്ടില്ല. എന്റെ അഭി പ്രായത്തിൽ ഇവരുടേത് നാലാം ലോകമൊന്നുമല്ല. സി.പി. എമ്മിലെ നല്ലൊരു വിഭാഗം, കേന്ദ്രനേതൃത്വം ഉൾപ്പെടെ പുതിയ മാറ്റങ്ങളെ ഒരു വലിയ പരിധിവരെ അംഗീകരിക്കു ന്നു എന്നു തുറന്നുപറയാൻ തയ്യാറല്ല. എന്നാൽ പ്രായോഗിക തലത്തിൽ ആ മാറ്റങ്ങളെ ഉൾക്കൊള്ളാൻ അവർ ശ്രമിച്ചു കൊണ്ടിരിക്കുകയും ചെയ്യുന്നു. അണികളോട് അതുപറഞ്ഞു ഭയപ്പെടുത്താതെ, ഞങ്ങൾ മാറ്റങ്ങളൊന്നും വരുത്തിയിട്ടില്ല എന്ന ഒരു കള്ളത്തരം കാണിച്ചുകൊണ്ട് ഈ മാറ്റങ്ങൾ വരുത്താൻ ശ്രമിച്ചുകൊണ്ടിരിക്കുന്നു. കമ്മ്യൂണിസ്റ്റ് ലേബലും, കമ്മ്യൂണിസ്റ്റ് ചട്ടക്കൂടുമൊക്കെ ഉപയോഗിച്ചുകൊണ്ട് അതിനെ ജനാധിപത്യവൽക്കരിക്കാനുള്ള ശ്രമമാണ്. ഞാനതിനെ പോസിറ്റീവ് ആയിട്ടാണ് കാണുന്നത്. ബൂർഷ്വാവൽക്കരണ വും മുതലാളിത്തവൽക്കരണവും ഒക്കെ ഉള്ളപ്പോൾ തന്നെയും. എം.എൻ.വിജയനൊക്കെ പറയുന്നതിനേക്കാൾ ഭേദപ്പെട്ട കാര്യമാണവർ ചെയ്യുന്നത്. എം.എൻ.വിജയനൊക്കെ പറയു ന്നത് ശുദ്ധ അസംബന്ധമാണ്.

എം. എൻ. വിജയന്റെ നിലപാടുകൾ ഇടതുപക്ഷ സെക്ടേറിയനിസ മായി വിലയിരുത്തപ്പെടുന്നുണ്ട്. വിജയന്റെ കാഴ്ചപ്പാടുകൾ സ്റ്റാലിനിസ ത്തിൽ നിന്നുമുക്തമല്ല എന്നല്ലേ ഇതുകാണിക്കുന്നത് ?

വിജയന് സ്റ്റാലിനിസം എന്താണെന്നുപോലും അറിയില്ല. മാർക്സിസവും എന്താണെന്ന് അറിയില്ല. ഞാൻ നേരത്തേ പറഞ്ഞ, സാധാരണ വിശ്വാസികളായ, പഴയകാല നല്ല കമ്മ്യൂണിസ്റ്റുകാരുടെ വൈകാരികമായ ദൗർബല്യത്തെ ഉപയോഗപ്പെടുത്തുകയാണ് വിജയൻ ചെയ്യുന്നത്.

എം.എൻ. വിജയനെ ഒരു വിഗ്രഹമായി ഉയർത്തിക്കൊണ്ടുവന്നത് ഇടതുപക്ഷമാണ്. യഥാർത്ഥത്തിൽ അദ്ദേഹം ധൈഷണികമായി അത്ര ഉയർന്ന നിലവാരമുള്ള ആളാണോ ? പരസ്പരബന്ധമില്ലാത്ത കാര്യങ്ങളാണ് അദ്ദേഹത്തിന്റെ പ്രസംഗങ്ങൾ. അതിൽ ലോജിക് ഒന്നും കാണാറില്ല. ഭാഷകൊണ്ടുള്ള കളിയാണ് വിജയന്റെ പ്രസംഗങ്ങൾ എന്നാണ് എനിക്ക് തോന്നിയിട്ടുള്ളത്.

വിജയന് സ്വന്തമായി ഒരു ദർശനമോ, ദാർശനികാടിസ്ഥാ നമോ ഇല്ല. ഫ്രോയിഡിയൻ സൈക്കോളജി ഉപയോഗിച്ചു കൊണ്ട് സാഹിത്യ വിശകലനം നടത്തുന്നതിൽ തനതായ ഒരു ഭാഷാശൈലിയും പ്രസംഗശൈലിയും വികസിപ്പിച്ച ആളെന്ന നിലയിൽ അദ്ദേഹത്തിന് കുറെ ആളുകളെ ആകർ ഷിക്കാൻ കഴിഞ്ഞിട്ടുണ്ട്.

തൊഴിലാളിവർഗ്ഗം വിപ്ലവകാരികളാണെന്നും, മാറ്റത്തിന്റെ ചാലകശക്തിയാണെന്നും ഒരു ധാരണയുണ്ടല്ലോ ? അതിന് ഇന്ന് പ്രസക്തിയുണ്ടോ ?

മാർക്സ് അങ്ങനെ നിർവ്വചിക്കുന്ന കാലത്ത് അതിന് ഒരു പ്രസക്തിയുണ്ടായിരുന്നു. എന്നാൽ ഇന്ന് അവർക്ക് ആ റോളില്ല. ഇന്ത്യയിൽ അവർക്ക് വലിയ റോളൊന്നും വഹിക്കാൻ കഴിയുകയുമില്ല.

ഇനിയുള്ള കാലങ്ങളിൽ ആരായിരിക്കും മാറ്റത്തിന്റെ ചാലകശക്തി ?

അങ്ങനെ ഏതെങ്കിലും ഒരു വിഭാഗത്തിന് ആ റോൾ ഏറ്റെടുക്കാനാവില്ല. ഇന്ത്യയെപ്പോലുള്ള ഒരു ജനാധിപത്യ സമൂഹത്തിൽ ഏതെങ്കിലും ഒരു പ്രത്യേക വിഭാഗത്തിന്റെ പ്രവർത്തനഫലമായിട്ടല്ല മാറ്റം ഉണ്ടാവാൻ പോകുന്നത്. ആരെങ്കിലും മുൻകൈയെടുത്ത് വിപ്ലവമോ, വലിയ സാമൂഹിക പരിവർത്തനമോ ഒന്നും ഇവിടെ ഇനി ഉണ്ടാവില്ല. എന്നാൽ, സാമ്പത്തികവും രാഷ്ട്രീയവും സമൂഹികവുമായ ശക്തികളുടെ സ്വതസിദ്ധമായ പ്രതിപ്രവർത്തനം നടക്കുന്നുണ്ടിവിടെ. അങ്ങനെയുള്ള ആന്തരികവികാസമാണിവിടെ ഉണ്ടാവുക. ഇവിടുത്തെ ജനാധിപത്യം, മതേതരത്വം, വികസനരീതികൾ എന്നിവയുടെയൊക്കെ സ്വാഭാവികമായ വളർച്ചയും വികാസവുമൊക്കെയാണ് ഉണ്ടാകുക. അതൊക്കെ നടക്കുന്നതാകട്ടെ, അതാതു മേഖലകളിൽത്തന്നെയുള്ള ആന്തരിക പ്രവർത്തനങ്ങളിലൂടെയാണ്. അതുകൊണ്ട് ഏതെങ്കിലും ഒരു പ്രത്യേക വർഗ്ഗമോ, ആശയമോ നേതൃത്വം നൽകി ഇന്ത്യയിൽ മാറ്റമുണ്ടാവുമെന്ന് പ്രതീക്ഷിക്കാനാവില്ല. മറിച്ച് ഞാൻ നേരത്തേ പറഞ്ഞപോലെ ചരിത്രത്തിന്റെ സ്വാഭാവികമായ നിയമങ്ങൾ പ്രവർത്തിക്കുന്നുണ്ടിവിടെ, ഇന്ത്യയിലെ ഇന്നത്തെ അവസ്ഥയിൽ, സാമൂഹികാടിസ്ഥാനത്തിന്റെ താരതമ്യേന ഭേദപ്പെട്ട സാഹചര്യത്തിൽ അതിന്റെ വികാസമേ അടുത്ത ഈ ഒരു നൂറ്റാണ്ടിൽ നടക്കുകയുള്ളൂ. അതേസമയം, ജാതിവിവേചനത്തിന്റെയും സ്ത്രീ പുരുഷസമത്വത്തിന്റെയും പ്രാന്തവൽകൃത വിഭാഗങ്ങളുടെയും പ്രശ്നങ്ങൾ പരിഹരിക്കാനായി അവശേഷിക്കുന്നുണ്ട്. അതൊടൊപ്പം ഒരു പുതിയ ജനാധിപത്യ കമ്പോളാധിഷ്ഠിത സമൂഹമായി വികസിക്കാനുള്ള ശ്രമമുണ്ട്. അടുത്ത അരനൂറ്റാണ്ടുകൊണ്ട് ആ ദിശയിലുള്ള വികാസത്തിലൂടെ ഇന്ത്യ നല്ലൊരു ജനാധിപത്യമതേതര രാജ്യവും താരതമ്യേന കരുത്തുള്ള ഒരു സാമ്പത്തിക ശക്തിയുമായി മാറാനുള്ള സാദ്ധ്യതയുണ്ട്. അതിൽ ഏതെങ്കിലും പ്രത്യേക രാഷ്ട്രീയ പാർട്ടികൾക്കോ പ്രത്യയശാസ്ത്രങ്ങൾക്കോ വലിയ

പ്രസക്തിയൊന്നും കാണുന്നില്ല. ആരും അതിൽ മുൻകൈ നേടാനും പോകുന്നില്ല. ഈ പറഞ്ഞ കമ്പോളത്തിന്റെയും ജനാധിപത്യത്തിന്റെയും ചരിത്രപരമായ പ്രക്രിയകൾ തന്നെയാണ് നിർണ്ണായകഘടകം.

അതിൽ മനുഷ്യന് ക്രിയാത്മകമായി ഇടപെടാനുള്ള സാദ്ധ്യതകളില്ലേ ?

സാദ്ധ്യതകൾ വളരെയേറെയുണ്ട്. കാരണം, ജനാധിപത്യ സമൂഹമായതുകൊണ്ടുതന്നെ. ലോകത്തിലെ ഏറ്റവും ഡൈനാമിക് ആയ, ചലനാത്മകമായ ജനാധിപത്യസമൂഹമായിരിക്കും ഇന്ത്യ എന്നാണ് എനിക്ക് പറയാനുള്ളത് ലോകത്ത് ഒരിടത്തും ഇത്ര ഡൈനാമിസം ഉണ്ടാവില്ല. കാരണം, യൂറോപ്യൻ രാജ്യങ്ങളിലൊക്കെ ജനാധിപത്യം താരതമ്യേന പിന്തള്ളപ്പെട്ടുകൊണ്ടിരിക്കുകയാണ്. അവിടെ ജനാധിപത്യം പല പുതിയ പ്രശ്നങ്ങളെയും നേരിട്ടുകൊണ്ടിരിക്കുന്നു. അവരുടെ രാഷ്ട്രീയ ചർച്ചകളിലും പുസ്തകങ്ങളിലുമൊക്കെ അതു കാരണം. അവിടെ, ഭരണപക്ഷത്തും പ്രതിപക്ഷത്തുമുള്ള രാഷ്ട്രീയ പാർട്ടികളുടെ നേതൃത്വം ഒരു വരേണ്യവർഗ്ഗത്തിന്റെ കൈയിൽ മാത്രമായി ഒതുങ്ങിക്കൊണ്ടിരിക്കുന്നു: ജനം മുഴുവനും പുറത്തായിക്കൊണ്ടിരിക്കുന്നു.

ഇന്ത്യയിലും അങ്ങനെയൊക്കെത്തന്നെയല്ലേ ?

പക്ഷെ, ഇവിടെ അങ്ങനെ ആയിട്ടില്ല. കേരളം അങ്ങനെ ആയിട്ടുണ്ട്. കേരളം താരതമ്യേന യൂറോപ്പിനെപ്പോലെയാണ്. ഇന്ത്യ പൊതുവിൽ അങ്ങനെ ആയിട്ടില്ല. ബീഹാറിലും ഉത്തർപ്രദേശിലുമൊക്കെ ദലിത് സമൂഹങ്ങളൊക്കെ സംഘടിതരായി ആദ്യമായി മുന്നോട്ടുവരികയാണ്. നമ്മൾ മുപ്പതോ നാൽപതോ കൊല്ലംമുമ്പ് ചലിച്ചിരുന്നതുപോലെ രാഷ്ട്രീയമായി ചലിച്ചുകൊണ്ടിരിക്കുന്ന സമൂഹങ്ങളെയാണ് ഇന്ത്യയിൽ പലയിടത്തും കാണുന്നത്. ആ അർത്ഥത്തിൽ വളരെ വൈവിദ്ധ്യപൂർണ്ണമാണ് ഇന്ത്യയുടെ അന്തരീക്ഷം. പലതരം ഘടകങ്ങൾ ഇവിടെ പ്രവർത്തിക്കുന്നുണ്ട്.

ഹിന്ദുത്വവാദം, സാംസ്കാരികദേശീയത എന്നിവയെക്കുറിച്ച് എന്താണഭിപ്രായം ?

അതിനൊന്നും വലിയ സ്വാധീനം ചെലുത്താനാവില്ല. ഹിന്ദുത്വവാദികളിലെ യാഥാസ്ഥിതിക വിഭാഗം ഇനി മുൻകൈ നേടില്ല എന്നാണ് എന്റെ അഭിപ്രായം. ജനാധിപത്യവൽക്കരണ പ്രക്രിയ എല്ലാ മതങ്ങളെയും, ഇസ്ലാമിനെ ഉൾപ്പെടെ, സ്വാധീനിച്ചുകൊണ്ടിരിക്കുന്നു എന്ന അഭിപ്രായമാണെനിക്കുള്ളത്. ഇസ്ലാം അതിൽ പിന്നോക്കമാണ്. ഇസ്ലാമിന്റെ ജനാധിപത്യവൽക്കരണം വളരെ പതുക്കെയും, ബുദ്ധിമുട്ടുള്ളതുമാണ്.

ഇന്ത്യയുടെ, ഹിന്ദുമതത്തിന്റെ ജനാധിപത്യവൽക്കരണവും അതുപോലത്തന്നെയാണ്. പക്ഷെ, അപ്പോഴും ഇന്ത്യ അതിൽ മുന്നിലാണ്; ഹിന്ദുമതവും. സ്വാതന്ത്ര്യ സമരകാലത്തെ ഗാന്ധിയൻ ഇടപെടലുകളുടെയും സ്വാതന്ത്ര്യാനന്തരമുള്ള നെഹ്റുവിന്റെയും കോൺഗ്രസ്സിന്റെയും സംസ്കാരവുമെല്ലാം കൂടിച്ചേർന്ന് രൂപംകൊണ്ട ഇന്ത്യൻ സമൂഹത്തിന്റെ വികാസം ഹിന്ദുവിഭാഗത്തിലെ യാഥാസ്ഥിതികരെ ഒരു ന്യൂനപക്ഷ മായി ഒതുക്കിക്കൊണ്ടിരിക്കുന്നു എന്നതന്നെയാണ് എന്റെ അഭിപ്രായം.

പക്ഷെ ജനങ്ങൾക്കിടയിൽ വർഗ്ഗീയമായ ഒരു ബോധം ഉണ്ടാക്കാൻ അവർക്ക് കഴിഞ്ഞിട്ടുണ്ടല്ലോ ?

ഹിന്ദുബോധം വളർന്നേക്കും. പക്ഷെ, ഒരു യാഥാസ്ഥിതിക വർഗ്ഗീയ പ്രസ്ഥാനമായിട്ട് അധികകാലം നിലനിൽക്കില്ല. ചെറിയ രൂപങ്ങളൊക്കെ ഉണ്ടാക്കാം. അപകടകരമായ രൂപം കൈവരിക്കില്ല.

യൂറോപ്യൻ ഫാസിസത്തെ സാമ്പത്തികമായിട്ട് മാത്രം വ്യാഖ്യാനി ക്കുന്നത് ശരിയാണോ ? അതിന് സാംസ്കാരികമായ ശക്തമായ വേരുകളില്ലേ ?

അതുണ്ട്. എല്ലാ സമൂഹങ്ങളിലുമുണ്ട് അങ്ങിനെ. തങ്ങളുടെ പാരമ്പര്യത്തിലും സവിശേഷമായ പദവിയിലും ഊറ്റംകൊ ള്ളുന്ന സമൂഹം എല്ലായിടത്തുമുണ്ട്.

ജനങ്ങളെ അത് വളരെയധികം സ്വാധീനിക്കുന്നില്ലേ ?

അതൊക്കെ ഒരു നിശ്ചിതഘട്ടങ്ങളിലാണ് സംഭവിക്കുന്നത്. ചരിത്രത്തിൽ എല്ലായ്പ്പോഴും സംഭവിക്കുന്നില്ല. ചില പ്രത്യേക കാരണങ്ങൾ കൊണ്ടും, മറ്റു പല അതൃപ്തികൾ ഉണ്ടാകുന്ന സന്ദർഭങ്ങളിലും ഇത്തരം വികാരങ്ങൾക്ക് രൂപം ലഭിക്കുന്നു. അതുകുറച്ചുനാൾ നിൽക്കുന്നു. അതു കഴിഞ്ഞാൽ പോകുകയും ചെയ്യുന്നു. അതിനെ അങ്ങനെ കണ്ടാൽ മതി. അത് ദീർഘകാലാടിസ്ഥാനത്തിലുള്ള വലിയൊരു ഭീഷണിയായി മാറാനൊന്നും പോകുന്നില്ല. ഇടയ്ക്കിടയ്ക്ക് പൊങ്ങിവന്നുകൊണ്ടിരിക്കും. അത് മറ്റു ജനാധിപത്യശക്തി കൾക്ക് വേറെ രീതിയിൽ കരുത്തുനൽകും.

അർത്ഥശാസ്ത്രപ്രശ്നങ്ങൾ

മാർക്സിസ്റ്റ് പാർട്ടിയിൽ ഇപ്പോൾ നടക്കുന്നത് വ്യക്തിപരമായ വിഭാഗീയതയാണോ, അതോ അതിനു പിന്നിൽ പ്രത്യയശാസ്ത്രപരമായ പ്രശ്നങ്ങൾ ഉണ്ടോ ?

പ്രത്യയശാസ്ത്രപരമായ പ്രശ്നങ്ങൾ ഉണ്ട്. പാർട്ടി പുതിയ കാലഘട്ടത്തിനനുസരിച്ച് സ്വയം രൂപാന്തരം പ്രാപിക്കാൻ ശ്രമിക്കുന്നു. എന്നാൽ ആ പ്രശ്നങ്ങൾ തുറന്നു പറഞ്ഞുകൊണ്ട് ദാർശനികമായി, ധീരമായ ഒരു പരിഷ്കരണം വരുത്താനുള്ള കഴിവുള്ള ഒരു നേതൃത്വം അതിനില്ല. വളരെ മീഡിയോക്കർ ലെവലിലുള്ള നേതൃത്വം മാത്രമാണുള്ളത്. ഇ.എം.എസിന്റെ നിലവാരം പോലുമുള്ള നേതൃത്വം അതിലില്ല. അതുകൊണ്ടു തന്നെ സൂത്രത്തിൽക്കൂടി അവർ ഈ മാറ്റങ്ങൾ നടപ്പിലാക്കാൻ ശ്രമിക്കുന്നു. അതുവഴി അവർ തനിമുതലാളിത്ത രീതിയിലേയ്ക്ക് വളരെ പെട്ടെന്ന് നീങ്ങുകയും, കോർപ്പറേറ്റ് ശൈലികളൊക്കെ സ്വീകരിക്കുകയും, പല മണ്ടത്തരങ്ങളും ചെയ്ത് വികലമായ അവസ്ഥയിൽ എത്തിനിൽക്കുകയും ചെയ്യുന്നു. അപ്പോൾ പോലും, പഴയ കമ്മ്യൂണിസ്റ്റ് ദുഃശാഠ്യങ്ങളിൽ നിന്നുള്ള വലിയൊരുമാറ്റമുണ്ട് എന്ന രീതിയിൽ ഞാനതിന് പോസിറ്റീവ് ആയിട്ടാണ് കാണുന്നത്. വ്യവസായ സംരംഭങ്ങൾ ഉണ്ടാകുകയെന്നതാണ് പ്രധാനം. അതിനുള്ള ശ്രമം അവർ നടത്തുന്നുണ്ട്. അതു മോശമല്ല എന്നാണെന്റെ അഭിപ്രായം. പൊതുമേഖല, സോഷ്യലിസം എന്നിവയുടെയൊക്കെ പേരിൽ ചർച്ചചെയ്യപ്പെടാതെ പോകുന്ന ചില കാര്യങ്ങളുണ്ട്. പൊതുമേഖലയ്ക്കുവേണ്ടി എന്നുപറഞ്ഞ് നമ്മൾ ഓരോവർഷവും നികുതി പണത്തിൽ നിന്ന് കോടിക്കണക്കിനു രൂപ പാഴാക്കുന്നു-കെ.എസ്.ആർ.ടി.സി.ക്കും കെ.എസ്.ഇ.ബി.ക്കും മറ്റും. അതിലാർക്കും പരാതിയില്ല. ഈ പണം എവിടേയ്ക്കാണ് പോകുന്നത്? കുറേ ബ്യൂറോക്രാറ്റുകളും നേതാക്കന്മാരും

കട്ടെടുത്ത് ദുരുപയോഗിക്കുകയാണ്. അവരുടെ സ്വകാര്യ സ്വത്താക്കുകയാണ്.

സ്വകാര്യ മുതലാളിത്തത്തിന്റെ രീതി വേറെയാണ്. ഉദാഹരണത്തിന് റിലയൻസ്. അവരിപ്പോൾ രണ്ടായി പിരിഞ്ഞാലും രണ്ടുംകൂടി വികസിക്കുകയാണ് ചെയ്യുന്നത്. വികസിക്കുന്നു എന്നു പറയുമ്പോൾ അത് അവരുടെ സ്വകാര്യസ്വത്തായിട്ടല്ല മാറുന്നത്. അങ്ങനെയാണ് തെറ്റിദ്ധരിച്ചുപോകുന്നത്. പുതിയ പുതിയ കമ്പനികളായി മാറുകയും, ആ കമ്പനികളിൽ ഒട്ടേറെ തൊഴിലുകളും, ഒട്ടേറെ പുതിയ മൂല്യവർദ്ധനവുമാണ് അവരുണ്ടാക്കുന്നത്. സമൂഹത്തിന്റെ സമ്പത്തായിട്ടാണ് അതുമാറുന്നത്. അതിന്റെ നിയന്ത്രണം അവരുടെ കയ്യിലാണെങ്കിലും, അവർക്ക് അതുകൊണ്ട് എവിടേയ്ക്കെങ്കിലും ഒളിച്ചോടാൻ കഴിയില്ല. അതിൽ നിന്ന് അവർക്ക് വളരെ ചെറിയ ഒരു ശതമാനമാണ് സ്വകാര്യമായി ഉപയോഗിക്കാൻ കിട്ടുന്നത്. ബാക്കിമുഴുവൻ സമൂഹത്തിന്റെ സമ്പത്തായിമാറുകയാണ് ചെയ്യുന്നത്. വ്യവസായങ്ങളായി മാറുകയാണ് ചെയ്യുന്നത്. എന്നാൽ സോവിയറ്റ് യൂണിയനിലൊക്കെ പൊതുമേഖലയുടെ പേരിൽ വൻ നഷ്ടങ്ങളാണ് വരുത്തിവെച്ചത്. അവിടെ അഴിമതിയിലൂടെയും, ദുർവിനിയോഗത്തിലൂടെയും, ദുരുപയോഗത്തിലൂടെയും ഉണ്ടാക്കിയ പണം മുഴുവനും സമൂഹത്തിന്റെ സമ്പത്തില്ലാതായി മാറി.

സോവിയറ്റ് യൂണിയനിൽ സമ്പത്ത് മുഴുവനും പൊതുമേഖലയിലായിരുന്നുവല്ലോ ? പക്ഷെ, ഇവർക്കെങ്ങനെ ഇത്രയും കാലം സ്വകാര്യസമ്പത്ത് സൂക്ഷിച്ചുവെയ്ക്കാൻ കഴിഞ്ഞു ?

അതൊരു പരസ്പരസഹകരണമായിരുന്നു. വൻതോതിലൊന്നും സ്വകാര്യസ്വത്ത് സംരക്ഷിച്ചുവെയ്ക്കാൻ കഴിഞ്ഞിട്ടില്ല. അതായത്, അവസാന കാലഘട്ടമാകുമ്പോഴാണത് കൃത്യമായ സ്വകാര്യസ്വത്തായി മാറുന്നത്. ആദ്യകാലത്ത് നേതൃത്വതലങ്ങളിലുള്ളവർക്ക് ആർഭാടമായി ജീവിക്കാനുള്ള സൗകര്യങ്ങളുണ്ടായിരിക്കുക എന്ന രീതിയിലാണത് പോയിരുന്നത്. പിന്നീടത് വൻതോതിലുള്ള അഴിമതിയായി മാറി. കുറെയൊക്കെ സ്വകാര്യസ്വത്ത് അനുവദിച്ചുകൊടുത്തപ്പോഴാണ് ആ സൗകര്യം ഉപയോഗിച്ച് പൊതുമുതൽ കയ്യടക്കാൻ തുടങ്ങിയത്.

സോവിയറ്റ് സമ്പദ്ഘടനയുടെ തകർച്ചയ്ക്കു കാരണം ഭൗതിക പ്രചോദനമില്ലായ്മയാണെന്ന് താങ്കൾ വിലയിരുത്തിയിട്ടുണ്ട്. അതിനു പകരം വെയ്ക്കാൻ വല്ലതുമുണ്ടോ ?

ബദലന്വേഷണത്തിന്റെ ഭാഗമായി മുന്നോട്ടുവയ്ക്കപ്പെട്ടത് ചൈനയിലെ മാവോയുടെ ധാർമ്മിക പ്രചോദനം എന്നതാണ്. അത് ഫലപ്രദമായില്ല. മുതലാളിത്തപാതയിൽ നിന്നു വ്യത്യസ്തമായി സോഷ്യലിസ്റ്റ് പാതയിൽ വിശ്വസിക്കുന്നവർ സമൂഹത്തിനുവേണ്ടി കൂട്ടായി അദ്ധ്വാനിക്കാൻ ധാർമ്മികമായി ബാദ്ധ്യസ്ഥരാണ് എന്ന രീതിയിലുള്ള ആശയപരമായ പ്രചരണത്തിലൂടെ അദ്ധ്വാനത്തിലുള്ള താൽപര്യം വർദ്ധിപ്പിക്കാനുള്ള ശ്രമമായിരുന്നു അത്. സാംസ്കാരിക വിപ്ലവകാലത്ത് അത് കുറെയൊക്കെ നടന്നു. സ്ഥായിയായി നിൽക്കുന്ന ഒന്നായിരുന്നില്ല അത്. അവിടെ വീണ്ടും മാർക്സിന്റെ ഭൗതികവാദമാണ് വിജയിച്ചത്. മാർക്സ് ചൂണ്ടിക്കാണിക്കുന്നത് ഇത്തരം ആശയപരമായ കാര്യങ്ങൾ നിലനിൽക്കില്ല എന്നാണ്. ഭൗതികനിയമം തന്നെവേണം. അപ്പോൾ മുതലാളിത്ത രീതിയിൽ നിന്നു വ്യത്യസ്തമായി ഉൽപാദനത്തെ പ്രചോദിപ്പിക്കുന്ന എന്തെങ്കിലും ഉണ്ടോ ? ഇന്നത്തെ നിലയിൽ എന്റെ മുന്നിൽ ഉത്തരമില്ലാത്ത ചോദ്യമായിട്ടാണത് നിൽക്കുന്നത്.

സഹകരണ സമ്പദ്വ്യവസ്ഥയെ പകരം വെയ്ക്കുവാൻ കഴിയുമോ ?

ഇവിടുത്തെ അനുഭവങ്ങൾകൊണ്ട് സഹകരണ സമ്പദ്വ്യവസ്ഥ എനിക്ക് ഒട്ടുംതന്നെ ഗുണകരമായി തോന്നിയിട്ടില്ല. സഹകരണ സംഘങ്ങളെല്ലാം തന്നെ അതിന്റെ തലപ്പത്തുള്ള കുറച്ചുപേരുടെ ചൂഷണോപാധികളായി മാറുന്ന കാഴ്ചയാണ് നമ്മൾ കാണുന്നത്. ബഹുഭൂരിപക്ഷം സഹകാരികളും നിസ്സഹായരായിമാറുകയും, അതിന്റെ തലപ്പത്തുവരുന്ന പാർട്ടിനേതാക്കന്മാരും മറ്റും അതിനെ അഴിമതിയുടെ കേന്ദ്രമാക്കിമാറ്റുകയും ചെയ്യുന്നു. അതേസമയം, നമ്മുടെ കൂടി പങ്കാളിത്തമെന്ന് ബോധം ഉണ്ടാക്കാനുള്ള ഒരു മാർഗ്ഗം വികേന്ദ്രീകൃതമായ പദ്ധതികളാണ്. എന്നാൽ, ആഗോളവൽക്കരണത്തിന്റെ കാലത്ത് വികേന്ദ്രീകരണം എത്രത്തോളം ഫലപ്രദമാകും എന്നത് ഒരു പ്രശ്നമാണ്.

മുതലാളിത്തത്തിനു പകരം വെയ്ക്കാൻ മുതലാളിത്തത്തേക്കാൾ മെച്ചപ്പെട്ട ഒന്നുമില്ലേ ?

മുതലാളിത്തം വളരെയധികം മാറിക്കൊണ്ടിരിക്കുന്നു എന്ന അഭിപ്രായമാണ് എനിക്കുള്ളത്. മാർക്സിന്റെ ഒരു പ്രധാന നിഗമനം ഫ്യൂഡൽ കാലഘട്ടത്തെ അപേക്ഷിച്ച്, ഉൽപാദന പ്രക്രിയയെ സാമൂഹിക വൽക്കരിക്കുകയാണ് മുതലാളിത്തം ചെയ്തത് എന്നതാണ്. അതായത് വിപുലമായ ജനവിഭാഗങ്ങളുടെ സഹകരണത്തോടുകൂടി മാത്രമെ ഉൽപാദനം നടത്താൻ

പറ്റു. ഉൽപാദനം നടത്തിയവ തന്നെ വിറ്റഴിക്കണമെങ്കിൽ സമൂഹം മുഴുവനും വേണം. പഴയ ഫ്യൂഡൽ ഗ്രാമങ്ങളുടെ പരിധിയിലൊതുങ്ങുന്ന ഉൽപാദനരീതിയിൽ നിന്നു വ്യത്യസ്തമായി വിപുലമായ സമൂഹത്തിന്റെ സഹകരണം പലരീതിയിൽ ആവശ്യമുള്ള ഒന്നായി മുതലാളിത്തം ഉൽപാദനത്തെ മാറ്റി. അങ്ങനെ സാമൂഹിക വൽകൃതമായ ഉൽപാദനത്തെ കുറച്ചു വ്യക്തികളിലൂടെ നിയന്ത്രിക്കുന്ന മുതലാളിത്തത്തിന്റെ രീതിയെയാണ് മുതലാളിത്തത്തിന്റെ ആന്തരിക വൈരുദ്ധ്യമായി മാർക്സ് ചൂണ്ടിക്കാണിച്ചത്. സാമൂഹികവൽകൃതമായ ഉൽപാദത്തിന് സാമൂഹിക വൽകൃതമായ നിയന്ത്രണം വേണം എന്ന തിയറി വളരെ ശരിയാണ്. അതാണ് സോഷ്യ ലിസം കൊണ്ട് ഉദ്ദേശിച്ചത്. അതൊരു കൃത്രിമമായ ഇടപെടലായി മാറുകയാണ് വാസ്തവത്തിൽ സംഭവിച്ചത്. തൊഴിലാളി വർഗ്ഗത്തിന്റെയും പാർട്ടിയുടെയുമൊക്കെ ഇടപെടലായി അത് മാറി. മാർക്സ് ചൂണ്ടിക്കാണിച്ച ചരിത്രപരമായ ആ പ്രക്രിയ ഇപ്പോഴും നടക്കുന്നു എന്ന അഭിപ്രായക്കാരനാണ് ഞാൻ. ഇപ്പോൾ മുതലാളിത്തത്തിൽ സംഭവിച്ചുകൊണ്ടിരിക്കുന്നതു നോക്കുക. കോർപ്പറേറ്റ് മൂലധനം, കോർപ്പറേഷൻ എന്നൊക്കെ പറയുന്നില്ലേ ? യഥാർത്ഥത്തിൽ എന്താണ് ? സി.ഇ.ഒ. എന്നു പറയുന്ന ആള് അതിന്റെയൊരു ശമ്പളക്കാരൻ മാത്രമാണ്. അതിനപ്പുറം അവിടെ ഒരു മുതലാളിയില്ല. പഴയമുതലാളിത്തമല്ല അത്.

ഓഹരിയാണല്ലോ കോർപ്പറേറ്റ് മൂലധനത്തിന്റെ അടിസ്ഥാനം ?

സാമൂഹിക മൂലധനമാണ്. അതേസമയം തന്നെ മാനേജ്മെന്റിന് അഴിമതികാണിക്കാനും അമിതമായി ദുരുപയോഗപ്പെടുത്താനും സാദ്ധ്യതകളുണ്ട്. പക്ഷെ, അതിനെ നിയന്ത്രിക്കാനുള്ള സാദ്ധ്യതകളും ഉണ്ടെന്നാണ് ഞാൻ പറയുക. അതിനു പരിഹാരമുണ്ട്. ഇത് ജനാധിപത്യവൽക്കരിക്കപ്പെടണം. കോർപ്പറേറ്റ് മൂലധന സംവിധാനം ജനാധിപത്യവൽക്കരിക്കപ്പെടും. അത് സംഭവിച്ചുകൊണ്ടിരിക്കുന്നുണ്ട്, അങ്ങനെ മുതലാളിത്തം സാമൂഹികവൽക്കരണത്തിന് വിധേയമായിക്കൊണ്ടിരിക്കുന്നുണ്ട്.

അതുപോലെ സ്കാൻഡിനേവിയൻ ക്ഷേമരാഷ്ട്രമുതലാളിത്തമുണ്ട്. വലിയൊരു പരിധിവരെ സോഷ്യലിസത്തിന്റെ ഗുണങ്ങളുണ്ടതിന്. സോഷ്യൽ ഡെമോക്രാറ്റിക് പാർട്ടികളാണ് അവിടെയൊക്കെ ഭരിക്കു ന്നത്. സാമൂഹികസുരക്ഷിതത്വവും തൊഴിൽ സുരക്ഷിതത്വവുമെല്ലാം ഉണ്ട്. വൻതോതിൽ എല്ലാവരിൽ നിന്നും നികുതി പിരിച്ചെടുത്തിട്ടാണ് ഇതു ചെയ്യുന്നത്.

വൻകിടക്കാരൊന്നുമല്ലെങ്കിലും വലിയൊരു വിഭാഗം മുതലാളിമാരുണ്ട്. ഉച്ചനീചത്വമൊക്കെയുണ്ടെങ്കിലും, എല്ലാ വിഭാഗം ജനങ്ങൾക്കും സാമൂഹിക സുരക്ഷിതത്വം ഉണ്ട്. കമ്പോള മുതലാളിത്തത്തിലൂടെ കുറെ മുതലാളിമാർ ഉൽപാദന പ്രക്രിയയെ വികസിപ്പിക്കുന്നതുകൊണ്ടാണ്, അതിന്റെ ഒരു വിഹിതം എടുത്തുകൊണ്ട് ഈ സാമൂഹിക സുരക്ഷാപദ്ധതികൾ സാദ്ധ്യമാക്കുന്നത്. മറിച്ച്, അത് തടയുകയാണെങ്കിൽ പിന്നെ ഇതിനുള്ള വിഹിതം കിട്ടാതെ വരും. നമ്മുടെ കേരള മോഡൽ വികസനത്തിന്റെ പരിമിതി അതായിരുന്നു. ഇവിടുത്തെ കാർഷിക വ്യാവസായിക മേഖലകളുടെ വികസനം തടഞ്ഞു കൊണ്ടാണ് സാമൂഹിക സുരക്ഷിതത്വത്തിന് നാം ശ്രമിച്ചത്. കാർഷിക-വ്യാവസായിക മേഖലകളുടെ വികസനമില്ലാതെ ഇതിനുള്ള പണം എവിടെ നിന്നുകിട്ടും ?

നമ്മുടെ കാർഷിക-വ്യാവസായിക മേഖലകളുടെ തകർച്ചയ്ക്ക് ഇടതുപക്ഷത്തിന് പങ്കുണ്ടോ ?

വലിയ പങ്കുണ്ട്. ഭൂപരിഷ്കരണം നടപ്പിലാക്കികൊണ്ട് കാർഷിക മേഖലയുടെ സാമ്പത്തിക വികസനത്തിനുള്ള അടിത്തറ കമ്മ്യൂണിസ്റ്റുകാരുണ്ടാക്കി. എന്നാൽ യന്ത്രവൽക്കരണത്തെ വൻതോതിൽ തടഞ്ഞു നിർത്തിയതിനോടൊപ്പം സംഘടിത പ്രസ്ഥാനങ്ങളിലൂടെ കൂലിവർദ്ധന നേടിയെടുക്കുകയും ചെയ്തപ്പോൾ അവിടെ സാമ്പത്തികശാസ്ത്രം പ്രവർത്തിച്ചില്ല. കൂലിവർദ്ധനവ് ആവശ്യം തന്നെ. പക്ഷെ അതിനനുസരിച്ച് ഉൽപാദന പ്രക്രിയ വികസിക്കണം; ഉൽപാദനക്ഷമത വർദ്ധിക്കണം. അതുണ്ടാവണമെങ്കിൽ യന്ത്രവൽക്കരണം നടത്തണം. അങ്ങനെ കൃഷി വൻതോതിൽ തടയപ്പെടുകയാണുണ്ടായത്. ഇപ്പോഴും യന്ത്രവൽക്കരണത്തോടുള്ള എതിർപ്പ് പൂർണ്ണമായും മാറിയിട്ടില്ല. കൊയ്ത്തുമെതിയന്ത്രങ്ങൾ ഇപ്പോഴും പലയിടത്തും ഇല്ല. അടുത്തകാലത്ത് മാത്രമാണ് മാർക്സിസ്റ്റ് പാർട്ടി കുട്ടനാട്ടിൽ മെതിയന്ത്രം അനുവദിച്ചതായി പ്രഖ്യാപനം നടത്തിയത്. ആലോചിച്ചുനോക്കു, ട്രാക്ടറുകൾ മൂന്നു ദശകക്കാലമാണ് കേരളത്തിൽ തടയപ്പെട്ടത്. എൺപതുകളുടെ അവസാനമായപ്പോഴാണ് ട്രാക്ടറുകൾ വ്യാപകമായി അനുവദിക്കപ്പെടുന്നത്. കൊയ്ത്തുമെതിയന്ത്രങ്ങൾ ഈ അടുത്ത കാലത്താണ് ഭാഗികമായി അനുവദിച്ചുതുടങ്ങിയത്. കഴിഞ്ഞ അരനൂറ്റാണ്ടായി പഞ്ചാബ്-ഹരിയാന മേഖലകളിൽ എല്ലാം തന്നെ കൊയ്ത്തുമെതിയന്ത്രങ്ങളും ട്രാക്ടറും ഒക്കെ ഉപയോഗിച്ചാണ് കൃഷി നടത്തുന്നത്. ഇന്ത്യയ്ക്ക് മുഴുവനാവശ്യമായ ധാന്യങ്ങൾ അവർ ഉൽപാദിപ്പിക്കുന്നത് ഈ ആധുനികവൽകൃത കൃഷിയിലൂടെയാണ്. അത് ഇവിടെ തടയപ്പെട്ടു.

കേരളത്തിൽ നടപ്പാക്കിയ ഭൂപരിഷ്കരണത്തിന് തകരാറില്ലേ ? പഞ്ചാബിലൊക്കെ ഒരു കുടുംബത്തിന്റെ സ്വത്തായ കൃഷിയിടത്തിൽ കുടുംബാംഗങ്ങൾ എല്ലാവരും തന്നെ അദ്ധ്വാനിക്കുമെന്ന് കേട്ടിട്ടുണ്ട്. പക്ഷെ, കേരളത്തിൽ കൃഷിയിടത്തിൽ അദ്ധ്വാനിക്കുന്ന ജനവിഭാഗങ്ങൾക്കാണോ കൃഷിഭൂമി മുഴുവൻ കിട്ടിയത് ?

അല്ല. രണ്ടു രീതിയിലുമുണ്ട്. കുട്ടനാട്, പാലക്കാട് തുടങ്ങിയ ഭാഗങ്ങളിലെ കർഷകതൊഴിലാളികളിൽ ബഹുഭൂരിപക്ഷവും പട്ടികജാതി-പിന്നോക്കവിഭാഗക്കാരാണ്. ഇവരിൽ ഭൂരിപക്ഷം പേർക്കും പാട്ടഭൂമി ഉണ്ടായിരുന്നില്ല. വെറും തൊഴിലാളികളായിരുന്നു. ഭൂപരിഷ്കരണത്തിലൂടെ പാട്ടഭൂമി ലഭിച്ചത് പാട്ടക്കുടിയാൻമാർക്കുമാത്രമാണ്. കാരണം കമ്മ്യൂണിസ്റ്റുകാരുടെ വർഗ്ഗബോധമാണ് അപകടമുണ്ടാക്കിയത്. ജാതിപ്രശ്നത്തെ അവർ അവഗണിച്ചു.

കമ്മ്യൂണിസ്റ്റ് പാർട്ടിയുടെ നയങ്ങളെ സ്വാധീനിക്കാൻ കഴിയുന്ന വിഭാഗം ഈ പാട്ടക്കുടിയാൻമാരായിരുന്നില്ലേ ? അതുകൊണ്ടല്ലേ അങ്ങനെയൊരു നിയമം ഉണ്ടായത് ?

അതുമാത്രമല്ല. ജന്മി-കുടിയാൻ ബന്ധം ഇല്ലായ്മചെയ്ത് ഫ്യൂഡൽ ഘടനയെ തകർക്കുക എന്നതാണ് അതിന്റെ സൈദ്ധാന്തികാടി സ്ഥാനം. ഫ്യൂഡലിസം എന്നത് ജന്മി-പാട്ടക്കുടിയാൻ ബന്ധമാണ്. അതിനെ തകർക്കുക എന്നതാണ് ഭൂപരിഷ്കരണം കൊണ്ടുദ്ദേശിച്ചത്. പാട്ടകുടിയാൻമാരെ മോചിപ്പിക്കുക എന്നുമാത്രമേ ഉദ്ദേശിക്കുന്നുള്ളൂ. അവർ ഏതു ജാതിക്കാരാണ്, ഏതു വിഭാഗക്കാരാണ് എന്നു ചിന്തിച്ചില്ല. വർഗ്ഗസമീപനം മാത്രം സ്വീകരിച്ചതുകൊണ്ടാണ് അങ്ങനെ സംഭവിച്ചത്. ജെ.എസ്.എസ്. രൂപീകരിച്ച സമയത്ത് ഗൗരിയമ്മയോട് ഈ പ്രശ്നത്തെക്കുറിച്ച് ഞാൻ വിമർശനം ഉന്നയിച്ചിരുന്നു. ഗൗരിയമ്മയാണല്ലോ ഭൂപരിഷ്കരണത്തിൽ ഒരു പ്രധാന പങ്കുവഹിച്ചിരുന്നത്. ജാതിപ്രശ്നം കമ്മ്യൂണിസ്റ്റുകാർ കണ്ടിരുന്നില്ലെന്നും, അതുവഴി നിങ്ങൾ യഥാർത്ഥത്തിൽ ഭൂപരിഷ്കരണത്തിന്റെ ലക്ഷ്യം നേടിയില്ല എന്നും പറഞ്ഞപ്പോൾ, അവർ ആദ്യം ഭയങ്കരമായിട്ട് പ്രകോപിതയാവുകയാണ് ചെയ്തത്. പക്ഷേ പിന്നീട് അവർക്കത് മനസ്സിലായി. അവർ തന്നെ അത് പ്രസംഗിക്കാൻ തുടങ്ങി.

ഇവിടെ പട്ടികജാതി വിഭാഗങ്ങൾക്ക് പാട്ടഭൂമിപോലും കൈവശം വെയ്ക്കാൻ അവകാശം ഉണ്ടായിരുന്നില്ല-ജാതിവിവേചനം നിമിത്തം. അതുകൊണ്ട് ഭൂപരിഷ്കരണത്തിലൂടെ പാട്ടകുടിയാൻമാർക്ക് ഭൂമി കിട്ടിയപ്പോൾ പട്ടികജാതിക്കാർക്ക്, യഥാർത്ഥ കർഷകതൊഴിലാളികൾക്ക് ഭൂമിയില്ല.

എല്ലായിടത്തും സംഭവിച്ചത് അതാണ്. എന്നിട്ട് അവസാനം പത്തു സെന്റ് കുടികിടപ്പ് എന്നു പറഞ്ഞു നൽകി. കുടികിടപ്പ് ഭൂമിയല്ല. മറ്റു സംസ്ഥാനങ്ങളിലൊക്കെ കുടികിടപ്പ് ഭൂമി ആ ഗ്രാമത്തിലെ പൊതുസ്വത്താണ്. ഒരു ഗ്രാമം എന്നാൽ പത്തിരുന്നൂറു കുടുംബങ്ങൾ താമസിക്കുന്ന സ്ഥലമാണ്. അവിടെ പുതിയ ഒരു വീടുവെയ്ക്കാൻ അവിടുത്തെ സർപഞ്ചിനോടോ പഞ്ചായത്ത് പ്രസിഡണ്ടിനോടോ അനുവാദം വാങ്ങിയാൽ മതി. കാരണം ആ ഭൂമി ആരുടേയുമല്ല. ഇപ്പോഴും അങ്ങനെയാണ്. ഗ്രാമം എന്നു പറഞ്ഞാൽ അതാണ്. കുടികിടപ്പ് ഭൂമി എന്നത് ഒരാളുടെ ജന്മാവകാശമാണ്. അതവിടെ ഏതു സമൂഹത്തിലും ഉണ്ട്. അതാണ് നമ്മളിവിടെ ഭൂപരിഷ്കരണത്തിലൂടെ വലിയകാര്യമായി കൊണ്ടാടിയത്.

കൃഷിഭൂമി പങ്കുവെയ്ക്കലാണ് യഥാർത്ഥത്തിൽ ഭൂപരിഷ്കരണം. ഈ രീതിയിൽ ഭാഗികമായി നടപ്പാക്കപ്പെട്ടു. മാർക്സത്തിന്റെ പ്രധാനപാഠം തന്നെ സമൂഹം വികസിക്കുന്നത് ഉൽപ്പാദനശക്തികളുടെ വികാസത്തിലൂടെയാണ് എന്നതാണ്. ഉൽപ്പാദനശക്തിയെന്നാൽ ഉൽപ്പാദന ഉപകരണങ്ങൾ എന്നർത്ഥം. ട്രാക്ടർ, കൊയ്ത്ത്മെതി യന്ത്രങ്ങൾ എന്നിവയൊക്കെ ഒരു സമൂഹത്തിന്റെ വികാസത്തിന്റെ ചാലകശക്തികളാണ്. അത്തരം വികാസത്തെയാണ് ഇവർ തടഞ്ഞത്. തൊണ്ടുതല്ലി മെഷീനുകൾ തടയുക, കയർമേഖലയിലെ യന്ത്രവൽക്കരണത്തെ തടയുക, നെയ്ത്തു മേഖലയിലെ പവർലൂം തടയുക. കേരളത്തിലെ കമ്മ്യൂണിസ്റ്റുകാർ ചെയ്ത വളരെ പിന്തിരിപ്പനായ, കമ്മ്യൂണിസ്റ്റ് വിരുദ്ധമായ, മാർക്സിസ്റ്റുവിരുദ്ധമായ ഒന്നാണത്. കേരളത്തിന്റെ വികസനത്തെ ഇപ്പോഴും തടയുന്നത് ഇവിടുത്തെ സാമൂഹിക-സാംസ്കാരിക അന്തരീക്ഷമാണ്. കെ. ദാമോദരനൾപ്പെടെയുള്ള ആളുകൾ പ്രചരിപ്പിച്ച വികൃതരൂപത്തിലുള്ള കമ്മ്യൂണിസ്റ്റ് സിദ്ധാന്തങ്ങളുടെ പരിണതഫലമാണത്. തൊഴിലാളികളെ ചൂഷണം ചെയ്ത് മിച്ചമൂല്യം പിടിച്ചെടുക്കുന്ന ഒരു ഭീകരസംവിധാനമെന്ന നിലയ്ക്കാണ് അവർ മുതലാളിത്തത്തെ അവതരിപ്പിച്ചത്. മുതലാളിത്തത്തെ നശിപ്പിച്ചുകൊണ്ടാണ് കമ്മ്യൂണിസം ഉണ്ടാക്കേണ്ടത് എന്ന ലളിതമായ പാഠമാണ് പഠിപ്പിച്ചത്. അതുകൊണ്ട് എന്തുണ്ടായി ? ഒരു ചെറിയ വ്യാവസായിക സംരംഭകനും, പെട്ടിപ്പീടിക നടത്തുന്നവനുമൊക്കെ മുതലാളിയായി ചിത്രീകരിക്കപ്പെടുകയും ശത്രുവായി മുദ്രകുത്തപ്പെടുകയും ചെയ്യുന്നു. അതുവഴി, സംരംഭകത്വം എന്നുപറയുന്ന, പുതിയ ഉൽപ്പാദന പ്രക്രിയയിൽ ഏർപ്പെടാൻ ആരും തയ്യാറാകാത്ത അവസ്ഥ സംജാതമാകുന്നു. ഗൾഫിൽ നിന്നൊക്കെ പൈസയുമായി

വരുന്ന ചെറുപ്പക്കാർ കോയമ്പത്തൂരിലും മൈസൂരിലും സേലത്തിലുമെല്ലാമാണ് വ്യവസായങ്ങൾ തുടങ്ങുന്നത്. കോയമ്പത്തൂരൊക്കെയുള്ള വ്യവസായങ്ങളുടെയും കച്ചവടത്തിന്റെയും അടിത്തറ മലയാളികളാണ്. അതിന്റെ കാരണം അവിടെ എളുപ്പത്തിൽ ചെയ്യാൻ പറ്റുന്നു. ഇവിടുത്തെ തടസ്സങ്ങളില്ല. ഇവിടുത്തെ സാമൂഹികമായ സ്പർദ്ധയില്ല.

ട്രേഡ് യൂണിയനുകളും സമരങ്ങളും ?

യൂണിയനുകളൊക്കെ ഇപ്പോൾ സമരങ്ങളുടെ കാര്യത്തിൽ കുറെ പിന്നോട്ടായി നിൽക്കുന്നുണ്ട്. പക്ഷെ ഈ സാമൂഹികാന്തരീക്ഷമാണ് കൂടുതൽ ഭീകരം.

മനുഷ്യസത്ത-ആശയങ്ങൾ- ധാർമ്മികമൂല്യങ്ങൾ

മനുഷ്യസത്ത എന്നത് സാമൂഹ്യബന്ധങ്ങളുടെ സമുച്ചയമാണെന്നാണ് മാർക്സ് ഫോയർ ബാഹിനെക്കുറിച്ചുള്ള തീസിസുകളിൽ പറയുന്നത്. അത് യാന്ത്രികമായ ഒരു നിലപാടല്ലേ ? മനുഷ്യർക്ക് പൊതുവായി ചിലതില്ലേ ?

ജനിതകശാസ്ത്രത്തെക്കുറിച്ചുള്ള അറിവിന്റെ പരിമിതിയാണ് ആ നിലപാടിലുള്ളത്. മനുഷ്യസത്തയ്ക്ക് ജനിതകപരമായ ഒരടിസ്ഥാനമുണ്ട് എന്ന തിരിച്ചറിവ് അതിലില്ല. നമ്മുടെ ബോധം തീർച്ചയായിട്ടും സമൂഹത്തിൽ നിന്ന് ലഭിക്കുന്ന വിവരങ്ങളടങ്ങിയതാണ്. വിവരങ്ങൾ ലഭിക്കുന്നത് ഭാഷയിലൂടെയാണല്ലോ. ഭാഷയാകട്ടെ സാമൂഹിക നിർമ്മിതമാണ്. ആ അടിസ്ഥാനത്തിലാണ് അങ്ങനെ നിർവ്വചിക്കാൻ ശ്രമിക്കുന്നത്. നമ്മുടെ ബോധമണ്ഡലം മുഴുവനും തന്നെ സമൂഹത്താൽ നിർണ്ണയിക്കപ്പെട്ടിരിക്കുന്നു എന്നത് ഒരു ഘടകമാണ്. അതേസമയം തന്നെ ജനിതകപരമായ ഘടകങ്ങളുമുണ്ട്. അത് ആ നിർവ്വചനത്തിൽ അവഗണിക്കപ്പെട്ടിരിക്കുന്നു.

മാർക്സ് ചിലയിടത്ത് യാന്ത്രികഭൗതികവാദികൾക്കെതിരായി മനുഷ്യന്റെ സൃഷ്ടിപരമായ വശത്തെ എടുത്തു പറയുന്നുണ്ട്. എന്നാൽ പലപ്പോഴും മാർക്സ് തന്നെ യാന്ത്രിക നിലപാടുകൾക്ക് കീഴ്പെട്ടുപോയിട്ടില്ലേ ?

അങ്ങനെ സംഭവിച്ചിട്ടുണ്ട്. വർഗ്ഗവിശകലനം തന്നെ ഒരുതരം വർഗ്ഗന്യൂനീകരണമായി മാറിപ്പോയിട്ടുണ്ട്. എല്ലാറ്റിനെയും വർഗ്ഗാടിസ്ഥാനത്തിൽ മാത്രം കാണുക എന്ന പ്രവണത. ഉല്പാദനബന്ധങ്ങളും ഉല്പാദന ശക്തികളുമാണ് എല്ലാം എന്ന സമീപനം.

മാർക്സിസ്റ്റുകൾ സാമൂഹ്യവിശകലനത്തിന് ഉപയോഗിക്കുന്ന അടിത്തറ-മേൽപ്പുര സിദ്ധാന്തം ഇന്ത്യൻ സമൂഹത്തെ വിശകലനം ചെയ്യുന്നതിൽ പ്രസക്തമാണോ ? യൂറോപ്യൻ സമൂഹത്തിലല്ലേ അതിന് കുറച്ച് പ്രസക്തിയുള്ളൂ ?

മൊത്തത്തിലുള്ള സമൂഹത്തെക്കുറിച്ചാണ് അത് പറഞ്ഞിരിക്കുന്നത്. ഇപ്പോൾ, പൊതുവിൽ മാർക്സിസ്റ്റുകൾ അത് ഉപയോഗിക്കുന്നില്ല. അത് ഒരു ആർക്കിടെക്ചറൽ ഘടനയുടെ യാന്ത്രിക വിശകലനരീതിയായി മാറിയെന്നും, സമൂഹം എന്നത് അടിത്തറയും ഉപരിഘടനയും തമ്മിലുള്ള ഒരുതരം പ്രതിപ്രവർത്തനത്തിന്റെ മേഖലയാണെന്നുമുള്ള വസ്തുത ഇന്ന് അംഗീകരിക്കപ്പെട്ടുന്നുണ്ട്.

സമൂഹപരിവർത്തനത്തിൽ, അല്ലെങ്കിൽ സാമൂഹികഘടനയെ നിർണ്ണയിക്കുന്നതിൽ ആശയങ്ങളുടെ പങ്കെന്താണ് ?

അതൊക്കെ സിദ്ധാന്തവും പ്രയോഗവും തമ്മിലുള്ള മാവോയുടെ നിർവ്വചനങ്ങളിലൊതുങ്ങുന്നതാണ്. മാർക്സിന്റേതിൽ നിന്ന് വ്യത്യസ്തമാണ് മാവോയുടെ വൈരുദ്ധ്യാധിഷ്ഠിത സമീപനം. സാമ്പ്രദായിക മാർക്സിസം പ്രയോഗത്തിന് പ്രാധാന്യം നൽകുന്നു. ചില നിർദ്ദിഷ്ട സാഹചര്യങ്ങളിൽ, സ്ഥിരമായ, ദീർഘകാലാടിസ്ഥാനത്തിൽ നോക്കിയാൽ പ്രയോഗമാണ് അടിസ്ഥാനമെന്ന് പറയാം; സിദ്ധാന്തം രണ്ടാമതാണ്. പക്ഷെ, ചില നിർദ്ദിഷ്ട സാഹചര്യങ്ങളിൽ സിദ്ധാന്തം പ്രധാനമായി വരാം എന്നാണ് മാവോയുടെ വൈരുദ്ധ്യദർശനം പറയുന്നത്. ഇക്കാര്യം പലപ്പോഴും അനുഭവത്തിൽ നിന്ന് നമുക്ക് മനസ്സിലാക്കാവുന്നതാണ്. അതുകൊണ്ട്, സിദ്ധാന്തത്തിന് പ്രാധാന്യമില്ല എന്ന് ഏകപക്ഷീയമായി പറയേണ്ട കാര്യമില്ല.

യൂറോപ്യൻ സമൂഹത്തെ മാർക്സ് പ്രാകൃത കമ്മ്യൂണിസം, അടിമത്തം, ഫ്യൂഡലിസം, മുതലാളിത്തം എന്നിങ്ങനെ വിഭജിച്ചിട്ടുണ്ട്. ഡയലറ്റിക്സിന്റെ പ്രവർത്തനത്തിലൂടെ; അതായത് സമൂഹത്തിലെ വിരുദ്ധ സാമ്പത്തിക വർഗ്ഗങ്ങളുടെ ഏറ്റുമുട്ടലിലൂടെയാണ് സാമൂഹ്യമാറ്റം ഉണ്ടാകുന്നത് എന്നാണ്. പ്രകൃതിയിലുണ്ടെന്ന് പറയപ്പെടുന്ന വൈരുദ്ധ്യങ്ങളുടെ സാമൂഹികതലത്തിലുള്ള ഒരു പ്രയോഗമാണിത്. അങ്ങനെയെങ്കിൽ, കമ്മ്യൂണിസം - വർഗ്ഗരഹിത സമൂഹം - സ്ഥാപിതമായാൽ സാമൂഹിക വൈരുദ്ധ്യങ്ങളോടൊപ്പം പ്രകൃതിയിലെ വൈരുദ്ധ്യങ്ങളും അവസാനിക്കുമോ ? സാമൂഹിക വൈരുദ്ധ്യം അവസാനിച്ചാൽ സമൂഹം നിശ്ചലമാകില്ലേ ? ചരിത്രമവസാനിക്കില്ലേ ?

മാവോ അതിന് മറുപടി പറഞ്ഞിട്ടുണ്ട്. വീണ്ടും പല പുതിയ വൈരുദ്ധ്യങ്ങൾ രൂപം കൊള്ളുകയും അവ തമ്മിൽ

ഏറ്റുമുട്ടുകയും ചെയ്യും. വർഗ്ഗവിഭജനം ഉണ്ടായിക്കൊള്ള ണമെന്നില്ല. മാർക്സ് അതിനെക്കുറിച്ച് ചർച്ചചെയ്തിട്ടില്ല. മാവോയാണ് അതിനെക്കുറിച്ച് ആലോചിച്ചിട്ടുള്ളത്.

ധാർമ്മികതയെക്കുറിച്ച് ആപേക്ഷികമായ ഒരു നിലപാടാണ് പൊതുവെ മാർക്സിസ്റ്റുകൾ കൈക്കൊള്ളുന്നത്. യാഥാർത്ഥ്യത്തിൽ ആപേക്ഷി കമായ ധാർമ്മികത എന്നത് ധാർമ്മിക നിഷേധമല്ലേ ?

അല്ല. ശാശ്വതമായി തള്ളിക്കളയുകയല്ല. ഓരോ കാലഘ ട്ടത്തിനും അനുസരിച്ചുള്ള ധാർമ്മികതയാണ് വേണ്ടത് എന്നുള്ള അഭിപ്രായമാണത്. ആ അഭിപ്രായം തന്നെയാണ് എനിക്കുമുള്ളത്. അങ്ങനെയല്ലാതെ ശാശ്വതമായ ധാർ മ്മികതയൊന്നും നിലനിൽക്കുന്നില്ല. സ്ഥലകാലങ്ങൾക്ക് വിധേയമായതേ ഉള്ളൂ. ഓരോ സാഹചര്യത്തിന് അനുസരി ച്ച് ധാർമ്മിക മൂല്യങ്ങളിലും മാറ്റം വരും. ഉദാഹരണത്തിന് സോക്രട്ടീസിന്റെ കാലത്തെ കാര്യമെടുക്കാം. സോക്രട്ടീസ് മഹാനായ ഒരു ധിഷണാശാലി ആയിരുന്നിട്ടും അക്കാലത്തെ അടിമസമൂഹത്തിന്റെ അവകാശങ്ങളെ ക്കുറിച്ച് ചിന്തിക്കാൻ പോലും കഴിഞ്ഞില്ല. അത് ആ കാലഘട്ടത്തിന്റെ പരിമിതി യാണ്. അദ്ദേഹത്തിന്റെ ബുദ്ധിശക്തിയുടെ കുറവല്ല. സ്വതന്ത്ര പൗരന്മാരെക്കുറിച്ചല്ലാതെ അടിമകളെക്കുറിച്ച് അദ്ദേഹം ചിന്തിക്കുന്നേയില്ല. അടിമകൾക്ക് അവകാശമൊന്നുമില്ല. കാലഘട്ടത്തിന്റെ പ്രശ്നമാണത്. വലിയ ധാർമ്മികബോധ ത്തിന്റെ പ്രതിനിധിയും, തത്വസംഹിതയുടെ പേരിൽ ജീവൻ കൊടുത്ത ആളും ആയിരുന്നുവല്ലോ സോക്രട്ടീസ്.

ലക്ഷ്യം മാർഗ്ഗത്തെ സാധൂകരിക്കും എന്ന കമ്മ്യൂണിസ്റ്റ് നിലപാടിനെ ക്കുറിച്ച് ?

അത് എങ്ങനെയോ ഉപയോഗിക്കപ്പെട്ട കാര്യമാണ്. മാർക്സ് ഒന്നും അങ്ങനെ ഉപയോഗിച്ചിട്ടില്ല. അങ്ങനെയൊരു തെറ്റി ദ്ധാരണ പ്രചാരത്തിലുണ്ട്. ഒരുപക്ഷെ സായുധ വിപ്ലവവുമായി ബന്ധപ്പെട്ട രൂപം കൊണ്ടതായിരിക്കും. സായുധവിപ്ലവത്തെ മാർക്സ് ശാസ്ത്രീയമായ ഒരുത്തരം എന്ന നിലയിലെ കണ്ടി ട്ടുള്ളൂ.